விழியில்லை விழியாய்
உன் முகம் பார்க்காமல்!

நீவிராம்

ஏலே பதிப்பகம்

விழியில்லை விழியாய் உன் முகம் பார்க்காமல்
ஆசிரியர் © **நிவிராம் (நிவேதா ராமகிருஷ்ணன்)**

முதற்பதிப்பு 2021
பக்கங்கள் 51

ISBN 978-93-5533-048-2

புத்தகம் வெளியிடு
ஏலே பதிப்பகம்
aelaypublish@gmail.com
phone – 9944992571

Aelay Publish
www.aelaypublish.com

குறிப்பு: இந்தத் தொடர்கதை இரண்டு பகுதியாகச் செல்லும். பகுதி அ மற்றும் ஆ என்று செல்வதால் குழப்பம் கொள்ளாமல் பகுதியனைப் புரிந்து கொள்வீர்கள். இரண்டு கதையா எனக் குழப்பம் வேண்டாம். கண்டிப்பாக இல்லை. கதையின் ஓட்டத்தில் கதையின் ஹீரோ ஹீரோயினை அறிந்து கொள்வீர்கள்.

விழியில்லை விழியாய் உன் முகம் பார்காமல்

முன்னோட்டம்:

"உனக்கு என்னத்
தகுதி இருக்குன்னு என்னை விரும்புறேன்னு சொல்ற... காதலாம் காதல் கத்திரிக்காய் காதல். ஒரு வசதியானப் பையன் கிடைத்தால் காதலென்று பொய் சொல்லிவிட்டு வந்துடறது. நான் உன்னை அந்த அர்த்தத்தில் பார்த்ததே இல்லை. சரி ஒத்துக்குறேன். உனக்கு முத்தம் கொடுத்தேன் தான். ஆனால் காதலால் கொடுத்தேனென்று நீ நினைத்துக் கொண்டாள் அதுக்கு நான் எப்படிக் காரணமாவேன். உன் கற்பு ஒன்றும் பரி போகலையே. இதுவரை உன்னிடம் நான் காதல் பற்றி ஒரு வார்த்தை கூடச் சொன்னது இல்லையே. உன்னைக் காதலிக்க நான் என்ன முட்டாளா. எனக்கு இருக்க வசதிக்கு
ஆயிரம் பொண்ணுங்க கிடைப்பாங்க. அப்படி இருக்க உன்னை நான் எப்படிக் காதலிப்பேன்னு நினைக்கலாம். கல்லூரிக்குப்
போய் படித்து ஒழுங்கா வீட்டில் சொல்றவனப் பார்த்துக் கல்யாணம் செய்து வாழப் பார். இனி என் கண் முன்னாடி வராத சொல்லிட்டேன் " என்று எரிமலையின் குழம்பு தனது தேகத்தில் தாக்கும் தீப்பிழம்பினால் ஏற்படும் வலியினை விடக் கொடுமையான வார்த்தைகளால் நிலாவினை வதைத்துக் கொண்டு இருந்தான் ரூபன்

நிலாவிற்கு இவ்வுலகமே இருண்டது. தான் அதள பாதாளத்தில் சிக்கிக் கொண்ட நிலையில் நின்று இருந்தாள். அவளால் அந்த இடத்தில் நிற்கக் கூட முடியவில்லை. அவள் நிற்க முடியாமல் மயங்கும் நிலைக்குச் செல்ல கீழே விழ இருந்தாள். அப்படியும் ரூபன் அசைந்தானில்லை. அவளுக்கு மங்கலான ஒளியாய் அவன் திருமுகம் கண்டாள். மருந்திற்கும் அவன் கண்களில் காதல் இல்லை. தான் காதல் பொய்த்துப் போனதே. அதுவும் தன் காதலை இப்படிக் கொச்சைப் படுத்தி விட்டானே என்று நினைத்தவள் மறுநொடி தரையில் விழ மல்லிகா வந்து அவளைத் தாங்கிக் கொண்டார்.

அத்தியாயம் 1

பகுதி [அ]

கௌசல்யா சுப்ரஜா ராம
பூர்வா ஸந்த்யா ப்ரவர்த்ததே
உத்திஷ்ட நர ஸார்தூல
கர்த்தவ்யம் தைவமாஹ்நிகம்

உத்திஷ்டோத்திஷ்ட கோவிந்த
உத்திஷ்ட கருடத்வஜ
உத்திஷ்ட கமலா காந்தா
த்ரைலோக்யம் மங்களம் குரு

அதிகாலை கதிரவன் உதிக்கத் தொடங்கும் முன் நீராடி வீட்டின் அனைத்து வேலைகளையும் முடித்துப் பெருமாள் கோவிலின் முன் மண்டியிட்டு அமர்ந்தவள் அதிகப்படியான மன அழுத்தத்துடன் மனமுருக வேண்டினாள். யாழ்நிலா. என்ன செய்யினும் நடப்பது தான் நடக்கும் என்று நினைத்தவள் பெருமாளின் திருமுகம் கண்டு கண்களில் வருத்தம் வடிய நிற்க... அருகில் வந்த பூசாரி நிலாவிடம் தீர்த்தம் தந்தவர்...

“உன் சித்தி உன்னை கல்லூரிக்குப் போக சம்மதிச்சுட்டா போல டி குழந்த. அப்படியிருக்க உன் முகத்தில் சந்தோசம்

இருக்க வேனாமோ.. சந்தோசமா போ. இனி எல்லாம் நல்லதா நடக்கும்", பூசாரி.

"சரிங்க ஐயா. குங்குமம் தீர்த்தம் ஐயா", நிலா.

"அதை அப்பவே எடுத்து வச்சிட்டேன். இந்தாமா... ", பூசாரி.

அழகிய தோற்றம் கொண்டப் பெரிய மாளிகை போன்ற வீடு. வீடு ராஜமாளிகை போன்றே காட்சியளிக்கும். அவ்வீட்டின் முன் வந்து நின்றாள் நிலா.

கால்கள் உள்ளே செல்லவே மறுத்தது. உள்ளே செல்ல மனம் கனத்தது. இருப்பினும் அவளால் செல்லாமல் இருக்க முடியாது. ஒரு முடிவுடன் உள்ளே சென்றாள். நேராக சமயல் அறைக்குச் சென்றவள் அங்கிருந்த மல்லிகா அம்மாவிடம் பூவினையும் ஐந்து நிமிடத்தில் வந்து விடுகிறேன் எனவும் கூறியவள் மேலே இருக்கும் அறைக்குச் சென்றாள்.

வேகமாக வந்துவிட்டாள் தான். ஆனால் அதற்கு மேல் அவளுக்கு அந்த அறைக்குச் செல்ல மனம் கனத்தது. முனங்கள் சத்தம் கேட்க உள்ளே சற்றும் யோசிக்காது நுழைந்து விட்டாள்.

ஆறடி உயரம் கொண்டத் திடகாத்திரமானவன் இப்படி கோழிக் குஞ்சினைப் போன்று சுருண்டு படுத்து கிடப்பது பெரும் வேதனையினை அளித்தது. இரண்டு நாள் சுரம் தான்.

ஆனால் மாதக் கணக்கில் உணவு உண்ணாது இருந்தால் இருக்கும் மனிதன் போன்று திகழ அவளுக்கு வலி பல மடங்கானது.

தான் கொண்டு வந்த குங்குமத்தினை அவனது நெற்றியில் பூசியவள் தீர்த்தம் அவனுக்கு செலுத்த விரும்பி கையில் இருந்த குட்டி டப்பாவினை திறந்து... கொடி போன்று வாடிக் கிடந்தவன் தலையினைத் தனது மடியினில் ஏந்தியவள் அவனின் கன்னம் பற்றி இதழ் பிரித்துத் தீர்த்தம் கொடுக்க அவன் சிறிது சிறிதாக விழுங்கினான். தீர்த்தம் அவன் கன்னம் வழிய... அதனைத் தன் தாவணி கொண்டு துடைத்தவள் தன் விழிகளில் வழியும் கண்ணீரினையும் துடைத்துக் கொண்டாள்.

அவனை அப்படியே தலையணையில் சாய்த்து விட்டுத் தன் கையில் இருந்தவற்றை அருகில் இருந்த மேஜையில் வைத்தவள் அவனருகில் அமர்ந்தாள். கையில் கஞ்சி பாத்திரத்துடன் வந்த மல்லிகா..

"இதையும் கொடுத்து உறங்க வைடி குட்டி. நான் கீழே வேலை இருக்கு.. அதைப் போய் பார்க்குறேன்", மல்லிகா.

"சரிங்க அக்கா', என்றவளுக்குத் தெரியும் மல்லிகாவின் எண்ணம். ரூபனுக்கும் தனக்கும் தனிமை தர விரும்பி அவர் சொல்லிவிட்டுச் செல்கிறார் என்று.

கடந்த காலத்தில் பயணித்தாள் நிலா....

****

பகுதி [ஆ]

யாரும் தொலைந்தால் எளிதில் கண்டறியாதவாறு பசுமையான மரங்களும் மலைகளும் நிறைந்த அடர்ந்தக் காட்டுப் பகுதி. விலங்குகளும் பறவைகளும் மட்டுமே வசிக்கும் அற்புதமான இடம். அந்தப் பகுதியில் தடை செய்யப் பட்டு இருப்பதால் யாரும் அங்குச் சென்றது இல்லை. அப்பகுதிக்கு அருகில் தான் தரைப்படைப் பயிற்சி நடந்து கொண்டிருந்தது. கேப்டன் ஜெனரல் ஈஸ்வர், அவரின் ஒரே மகள் மித்ராவுடன் அந்தப் பகுதிக்கு அருகில் உள்ள ஊரில் தான் வசித்து வந்தார். என்றும் போல் பயிற்சி தொடங்கிப் பணி தொடங்கியது. ஓய்வு நேரம் ஈஸ்வர், நாயக் ஆக பணிபுரியும் அர்ஜுன் மற்றும் வர்மன் உடன் நேரம் கழிப்பது வழக்கம். மூவரும் தமிழ் என்பதே காரணம்.

கேப்டன் ஜெனரல் ஈஸ்வர் பார்க்க மிடுக்கானத் தோற்றத்துடன் ஆக்சன் ஹீரோ அர்ஜுன் போன்று திகழ்வார். அவருக்குத் திருமண வயதில் ஒரு பெண் உள்ளது என்று கூறினால் யாரும் நம்ப மாட்டார்கள். அவரின் மனைவி குழந்தை பெற்ற ஐந்து வருடத்தில் இறந்து விட அதுமுதல் குழந்தை வளர்ப்பில் அவருக்கு இருந்த மனழுத்தம் நிறையவே. பின் மகளும் கல்லூரி முடிக்க இங்கு அழைத்து வந்து விட்டார். அவரின் மகள் மித்ரா.

வர்மன் நீண்ட உயரம். கவரும் உடற்கட்டு. கூரான நாசி. சிரித்தால் குழி விழும் கன்னங்கள். வயது முப்பத்தொன்று எனக் கூறினால் யாரும் நம்ப மறுப்பர். அவனுக்கு இங்கு வந்து அதிகப் பழக்கம் ஆனவர்கள் அர்ஜுன், ஈஸ்வர் மற்றும் மித்ரா.

மித்ரா வர்மனுக்கு ஒரு உடன் பிறந்தத் தங்கையாகவே மாறிப் போனால். ஈஸ்வர் கொடுக்கும் அதட்டல்களிடம் இருந்து பாதுகாக்கும் பொறுப்பு வர்மனுடையது. அவளுக்கு பிடித்த ஹீரோ தமிழில் ஜெயம் ரவி. வர்மன் அவர் போலவே இருப்பதால் அவளுக்கு வர்மன் ஹீரோவாகவே தெரிந்தான். அர்ஜுன் மற்றும் மித்ரா டாம் ஜெர்ரி போல. அவன் எந்தப் பெண்ணிடமும் அவ்வளவாக பேசிக் கொள்ள மாட்டான். அப்படியும் அவன் பேசுகிறான் என்றாள் அது மித்ரா மட்டுமே. அதுவும் அவளைத் திட்ட மட்டுமே பேசிக் கொள்வான். மித்ராவும் அவனை கேலி செய்வாள். அவர்கள் பழக்கம் நட்பில் இருந்தது.

மித்ராவினை என்னதான் அவன் வெறுப்பதாகக் காட்டிக் கொண்டாலும் அவன் அவளை ஒருபோதும் தவறாகப் பேச மாட்டான். அவன் காட்டும் அன்பு சாதரணமானது என்பதை வெளிப்படுத்தினாலும் இல்லை என்பதனை மித்ரா அறிந்து கொள்வாள். ஐந்து வருடப் பழக்கம் அவன் பற்றி அவளை உணர வைத்தது.

அப்படிப் பழக்கம் ஆனதில் மித்ராவுக்கு அர்ஜுனைப் பிடித்துவிட அவனை விரும்பத் தொடங்கி இருந்தாள்.

அர்ஜுன்... மிலிட்டரியில் பணிபுரியும் ஆண்மகனுக்கு உரிய கட்டுக்கோப்பான உடல் தோற்றம். வடிவான முகம். அவனின் கர்வமான நடை. எந்தப் பெண்ணையும் தவறாகப் பார்க்காத அந்தக் கண்கள். இதில் எது மித்ராவுக்குப் பிடித்தது என்று அவளுக்கேத் தெரியாது.

மித்ரா... பேரழகி இல்லாவிட்டாலும் பார்ப்போர் வியக்கும் அழகு தான். அவளின் மனமும் முகமும் ஒரே அழகு. அளவான உடல். முதுகு வரையிலான கூந்தல். நல்ல நிறம். ஐந்தறிவு உயிரானாலும் அவள் செலுத்தும் அன்பு அளவில்லாதது.

ஒரு நாள் காலை வேளை....

வர்மன் மற்றும் ஈஸ்வர் வீட்டின் உள்ளே சென்று விட வெளியில் அர்ஜுன் மட்டும் தனியாய் நின்று இருக்க அவனிடம் சென்றவள்...

"ஹாய் அர்ஜுன். தனியா இங்கே நின்னு என்ன பன்னிட்டு இருக்கிங்க.. உள்ளே வாங்க.. ", என்றாள் மித்ரா.

"இந்தப் பறவைகள் வாழ்க்கை எவ்வளவு அருமையானது. சுதந்திரமான உலகம். எங்கே வேண்டுமென்றாலும் பறந்து கொள்ளலாம். அதற்கு எல்லையுமில்லை, தடையுமில்லை. இல்லையா..", என்றான் அர்ஜுன்.

"ஆமா அர்ஜுன். இங்கே மனிதர்களுக்குப் பேச்சு சுதந்திரம் கூட இல்லை. அந்த வகையில் நீங்க சொல்றது சத்தியமான உண்மை", மித்ரா.

"மித்ரா. அதைப் பத்தி பேசாதனு நான் உங்கிட்டப் பலமுறை சொல்லிட்டேன். லீவ் இட்", அர்ஜுன்.

“எனக்கு என் உணர்வுகளை வெளிப்படுத்தக் கூட நீங்க தடை விதிக்குறீங்க அர்ஜுன். நான் உங்களை விட்டுப் பிரியும் பொழுது தான் என் அன்பு உங்களுக்குப் புரியும்”, மித்ரா.

என்று கூறிக் கொண்டு இருந்த மித்ரா பின் பக்கம் இருந்தப் படிகளில் கடைசியில் நின்று இருந்தவள் அர்ஜுன் திடீரெனத் திரும்பவும் கால் தவறிக் கீழே விழத் தயாரானாள்...

அர்ஜுன் திரும்பிய நொடியே அவள் கீழே விழப் போகின்றாள் எனத் தெரிந்ததும் ஓடிவந்து அவளினைத் தன் கைகளில் ஏந்தினான். ஏந்தியவன் தன்னை நிலைப் படுத்திக் கொள்ள முடியாது எனவும் அவள் மேல் விழப் போகின்றோம் எனவும் உணர்ந்தவன் அவள் பின் தலையில் ஒரு கரம் கொண்டும் மறு கரத்தில் அவள் இடையினை அணைத்த வண்ணமும் பஞ்சுப் பொதியாய் இருந்த மித்ரா மீது விழுந்தான். விழிகள் நான்கும் எதிரெதிர் சங்கமிக்க... நாசி இரண்டும் மோதிக் கொண்டும்.. இதழ்கள் சிறு இடைவெளியுடனும்...விழுந்தவன் அவள் முகத்தில் தெரிந்த காதலில் சிலையாய் அப்படியே இருந்தான். இருவரின் மூச்சுக்காற்றும் அருகருகே. மித்ராவும் தன் மனதிற்கு இனியவன் தன்னுடன் இருக்கும் நெருக்கத்தில் விழிகளில் காதலுடன் அவனை இமைக்கவும் மறுத்துப் பார்த்துக் கொண்டு இருந்தாள். அனைத்தையும் தன் வாழ்வில் நடக்கும் அற்புதத் தருணமாய் சேமிக்கத் தொடங்கினாள்.

கெவின் அவர்களிடம் வந்து சப்தமிட... மெதுவாய் தன் கரங்களினை மித்ராவிடம் இருந்து விளக்கிக் கொண்ட அர்ஜுன் அவள் விழி காணாது திரும்பி நின்று கொண்டான். தன் உடையினை சரி செய்து கொண்டு எழுந்து நின்ற மித்ரா...

“நான் இல்லனாக் கண்டிப்பா வருத்தப் படுவீங்க அர்ஜுன்... உங்கள் கண்கலே சொல்லுது”, என்றால் மித்ரா.

மித்ரா கூறிய வார்த்தைகளைக் கேட்ட அர்ஜுன் அவளிடம் பதில் எதுவும் கூறாது வீட்டினுள் சென்று விட்டான்.

இவன் இப்படித்தான் என்று நினைத்த மித்ரா ஊருக்கு அருகில் இருந்த மருத்துவமனைக்குக் கெவினைக் காட்ட அழைத்துச் சென்றாள். அப்பகுதி எல்லைக்கு மிக அருகில் இருந்தது. யாருக்கேனும் பாதிப்பு ஏற்பட்டால் உடனே சிகிச்சை அளிக்க வேண்டி அங்கு இருந்தது. கெவின் ஒரு அழகிய வெண்மை நிற புசுபுசுவென்ற முயல் குட்டி. மித்ராவுக்கு அம்முயல் குட்டி என்றால் அவ்வளவு பிரியம். அதற்குக் காலில் சிறிது அடிபடவேச் சிகிச்சைக்கு அழைத்துச் சென்றாள்.

வரும் வழி நல்ல அடர்ந்தக் காட்டுப் பகுதி. அந்தப் பகுதிக்குச் சிகிச்சைக்கு மட்டுமே யாரும் செல்வர். அந்த வழியில் தனது மிதிவண்டியில் பயணம் செய்து கொண்டு இருந்தாள் மித்ரா. மிதிவண்டியின் முன் உள்ள கூடையில் கெவின் தனது கால்களினை அசைத்த வண்ணம் தலையினை நீட்டி வெளியில் வேடிக்கை பார்த்துக் கொண்டு இருந்தது. வழியில் சிறிய கல் ஒன்றின் மீது மிதிவண்டி ஏறத் தடுமாறி மித்ரா கீழே விழுந்தாள். அவளுக்கு ஏற்பட்ட அடியில் ஒருவாரு சமாளித்து எழுந்து மிதிவண்டியினைத் தூக்கிக் கொண்டே கெவினைத் தேட அவனைக் காணவில்லை.

எங்கே சென்றுவிட்டான். அதற்குள் தன்னை விட்டுச் சென்று விட்டானே. கெவின்... கெவின் என்று அழைத்துக் கொண்டே சென்றவள் சட சடவெனச் சத்தம் கேட்க கெவின் தான் என

எண்ணி மிதிவண்டியைக் கீழே போட்டுவிட்டு அந்த சத்தம் வந்த திசை நோக்கி ஓடினாள்.

அந்த அடர்ந்தக் காட்டில் மரங்கள் நிறைந்த ஒளி குறைந்த அந்தப் பகுதிக்குள் கெவினைத் தேடி ஓடிக் கொண்டு இருந்தாள்... மித்ரா...!!!

அத்தியாயம் 2

பகுதி [அ]

நிலாவின் கடந்த காலம் செல்வோம்...

"ஹேய் நில்லு டி... எங்கிட்டக் கிடச்ச... உன்னை சும்மா விடமாட்டேன். என்னவே ஓட விடுரியா... இரு வரேன்", கந்தன்.

நிலா வேகமாக ஓடிக் கொண்டு இருந்தாள். அவளுக்கு அவனிடம் இருந்துத் தப்பிக்க வேண்டும். அது மட்டுமே இப்பொழுது முக்கியம். தூரத்தில் ஒரு ஜீப் தெரிய அதனுள் ஏறிக் கொண்டாள். அந்த ஜீப்பின் உள்ளே இருந்தக் கவரினைக் கொண்டுத் தன்னை மூடியவள் அசையாமல் படுத்துக் கொண்டாள்.

அருகில் இருந்த டீக் கடையில்...

"ஏங்கே போனா அதுக்குள்ள ஆளக் காணோம். யோவ் பெருசு.. இங்குட்டு என் மாமன் மவ வரதப் பாத்தியா", கந்தன்.

"தோ... அங்கன இருக்க ஜீப்புக்கிட்டத் தேன் பார்த்தேன். எதுக்கு அப்பு", பெருசு.

"அவளுக்குப் பரிசம் போடத் தேன்.. உன் வேலையப் பாரு பெருசு", கந்தன்.

"அப்புறம் எதுக்கு என்னுட்டக் கேட்டவன்.. சல்லிப் பையன், இல்லாத மீசைய முருக்கிக்கிட்டு வந்துட்டான்", பெருசு.

"இங்க தேன சொல்லுச்சு பெருசு. எங்க காணோம். பூனை... எங்கிட்ட ஒரு நாள் வசமா சிக்குவ டி. அப்ப வச்சிக்குறேன் உன்னை", கந்தன் சத்தமாகவே கூறிவிட்டுச் சென்றுவிட..

என்ன ஆனாலும் சரி இவனிடம் மாட்டிக் கொள்ளக் கூடாது என எண்ணியவள் அப்படியே ஜீப்பினுள் கிடந்தாள்.

கந்தன் சென்று விட....
ஜீப்பின் உரிமையாளர் ஜீப்பினுள் ஏறி வண்டியினை ஸ்டார்ட் செய்ய... இவள் அதிர்ந்து நிமிர கந்தன் அருகில் தான் இருந்தான். இவனிடம் மாட்டிக் கொள்வதற்கு ஜீப்பிலேயே இருக்கலாம் என நினைத்தவள் அப்படியே படுத்துக் கொண்டாள்.

கால் மணிநேரப் பயணம் பின் ஒரு இடத்தில் ஜீப் நின்றது. அவளும் சிறிது நிமிடம் அசையாமல் இருக்க... அதன் பின் எழுந்து பார்த்தாள்.

பார்த்தவள் அசந்து விட்டாள். "அம்மாடியோவ் வீடா இது.. கடல் மாதிரில இருக்கு... ", நிலா.

ஜீப்பின் வெளியில் குதித்தவள் சுற்றிலும் பார்த்தாள். ஒருவரும் இல்லை. சரி வீட்டினைச் சுற்றிப் பார்ப்போம் என்று நினைத்து

தனது பாதங்களினை ஒவ்வொரு அடியாக எடுத்து வைத்தாள்(இவ சுற்றுலா வந்த மாதிரில நடந்துக்குறா😊...).

வீட்டின் வலது புறம் இருந்தாள். வீடு அந்தக் காலத்து ராஜாக்கள் கட்டி இருந்தாள் எப்படி இருக்குமோ அப்படி இருந்தது. வலது புறம் அனைத்தும் முல்லை, ஜாதி, மல்லி எனப் பலவிதக் கொடிகளும், பாத்தி அமைத்து பலவண்ண ரோஜாச் செடிகளும் நிறைந்து இருந்தது. அவளுக்கு விருப்பமான மஞ்சள் நிற ரோஜாவும் அங்கு இருக்கக் கண்டவள் ஓடிப் போய் அதனருகில் உட்கார்ந்து கொண்டாள்.

"ஹேய் உன்னைப் பறிக்க வரல.. உன்னைக் கொஞ்ச தான் வந்தேன்", நிலா.

தென்றல் வீசவும் மலர் அசைந்தது.

"வெட்கமா.. என்ன மாதிரியே நீயும் அழகுல மின்னுற... என்கூட வந்துடுறியா.. ", நிலா.

திரும்பத் தென்றலில் மலர் அசைய...

"சோ க்யூட். போகும் போது உன்னை தூக்கிடுறேன். இப்போ எல்லாரையும் பார்த்துட்டு வறேன்", நிலா.

"ஆமா உனக்கு பேர் வைக்காம போறேன் பாரு. நீ என்னை மாதிரி அழகா இருக்க.... அதனால... பியூட்டி ஓகேவா. இன்னும்

கொஞ்ச நேரத்துல வீட்டுக்குப் போலாம் பியூட்டி. இரு வரேன்", நிலா.

ஒவ்வொரு இடமாய் வலம் வந்தவள் அனைத்தையும் ரசித்தாள். "இப்படி ஒரு இடத்தினை நாம் பார்க்கவே இல்ல... எங்க இருக்கு... கால் மணிக்குள்ள வந்துட்டோம்... அப்போ பக்கம் தான் போல", நிலா.

வீட்டிம் பின் பக்கம் ஊஞ்சல் இருக்கக் கண்டவள் துள்ளி ஓடினாள். அதன் அருகில் சிறிய ஓடையாய் நீர் செல்லுமாரு இருந்தது. ஊஞ்சலில் ஆடிக் கொண்டே பாட்டுப் பாட ஆரம்பித்தாள்...

***

காவிரி மணலில் நடந்ததுமில்லை கடற்கரை அலையில் கால் வைத்ததில்லை
சுதந்திர வானில் பறந்ததுமில்லை
சுடச் சுட மழையில் நனைந்ததும் இல்லை
சாலையில் நானாகப் போனதுமில்லை
சமயத்தில் ஆணாக ஆனதுமில்லை
யாரின் மனம் காணும் இன்பம் நான் காணவில்லை

மார்கழி பூவே மார்கழி பூவே உன் மடி மேலே ஓர் இடம் வேண்டும்
மார்கழி பூவே மார்கழி பூவே உன் மடி மேலே ஓர் இடம் வேண்டும்

***

"அய்யோ நாம என்ன பன்னிட்டு இருக்கோம்... சீக்கிரம் இங்கே இருந்து போவோம்", நிலா.

ஊஞ்சலில் இருந்து குதித்து இறங்கி... மஞ்சள் வண்ண ரோஜாச் செடியினை வேரோடு தோண்டி எடுத்தவள் அவளது இடையில் சொருகி தனது மஞ்சள் நிற தாவணி கொண்டு மூடினாள்.

எதுவும் வெளியில் தெரிகின்றதா எனப் பார்த்தவள் இல்லை எனவும் வெளியில் செல்ல வழி தேடினாள்.

அந்தோ பரிதாபம்... வீட்டினைச் சுற்றிலும் கோட்டைச் சுவர். அது ஆறடிக்கும் மேல்... மரம் கூட அருகில் இல்லை. கொஞ்சம் தள்ளியே இருந்தது.

கேட்டின் வழியில் செல்ல வாய்ப்பே இல்லை. கோட்டை சுவற்றினை விட அது பெரியது. முள் போல கம்பிகள் வேறு...

தீவிரமாக வெளியில் செல்ல யோசித்துக் கொண்டு இருக்க...

செம்பட்டைத் தலையுடன் ஒல்லியான தேகமும் அதிக வெள்ளை நிறத்துடன் ஒருவன் வர..

கண்டிப்பா இவன் திருடனா தான் இருப்பான்... அவனைப் பிடிச்சுக் கொடுத்து நாம தப்பிச்சிடலாம்.

சிக்குனான்டா சேகரு நமக்கு ஒருத்தன்...

"போரான் போரான் புடிடி நிலா....", நிலாவின் மைண்டு வாய்ஸ்...

ஓடி வந்து அவள் உயரம் விட சற்றுக் குறைவான உயரத்தில் இருந்தவனின் கரத்தினைப் பற்றி...

"டேய் யாரு டா நீ... உன்னை இங்கே பார்த்ததே இல்லை. திருட்டுப் பயலாடா நீ...", நிலா.

அவன் பதில் எதுவும் பேசாமல் நிலாவினை விச ஜந்துவினைப் போல பார்த்து வைக்க...

ஓ... இவன் திருட்டுப் பய தான். அதான் அமைதியா இருக்கான்.

எல்லாரும் வாங்க... எல்லாரும் வாங்க... திருட்டுப் பய.. திருட்டுப் பய...

யாரும் வாரவில்லை என்பதால் "நீ உள்ளே வாடா... உன்னை வச்சிக்குறேன்... மவனே... "

பாவம் அவனை இழுத்துக் கொண்டு வீட்டினுள் ஓடினாள்..

இங்க வீட்டில் யாரும் இல்லையா... திருட்டுப் பய வந்துருக்கான் நீங்க சும்மா விட்டுருக்கிங்க.. என்று நிலாக் கத்திக் கொண்டு இருந்தாள்.

என்னடா இது இப்படிக் கத்துரோம்... நம்மல யாரும் கவனிக்கலை போல..

மேலிருந்து இறங்கி வரும் பாத அடிகளின் சத்தம் கேட்டு நிமிர்ந்து பார்த்தாள்.

ஆறடி உயரத்தில் தின்னென்று இருந்த உடற்கட்டில் நீல நிற டிஷர்ட் கருப்பு நிற ஜீன்ஸ் அணிந்து அலை அலையாய் கேசம் பறக்க... முகம் சாதரணமாக வைத்து அவர்களினை நோக்கி வந்து கொண்டு இருந்தான் ரூபன். அவனின் இடது கரம் பேன்ட் பாக்கெட் உள்ளும் வலது கையில் மொபைலுமாக வந்தான்.

வந்தவன் அவர்களிடம் சென்று இருவரையும் ஒரு பார்வை பார்த்தான். அந்தப் பார்வையில் என்ன இருந்ததோ... நிலா டக்கென்று அவள் பிடித்திருந்தவன் கையினை விட்டாள். அவனும் ரூபனிடம் சைகையில் எதோ கூறிவிட்டு உள்ளே சென்று விட்டான்.

தனியே இவள் மட்டும் இருக்க... என்ன இவன் அவனை விட்டுட்டான். திருடன் வந்தா அப்போ பரவாயில்லை போல... சரி நாமளும் அவனை மாதிரி செய்வோம். தன் கரத்தினை முகத்தின் அருகில் கொண்டு சென்று மூக்கினை மறைத்த வண்ணம் கீழே குனிந்து நிமிர...

அவன் ஒன்றும் சொல்லவில்லை என்பதால் அவனை நிமிர்ந்து பார்த்தாள்.

அவன் அவள் அருகில் வந்தான். அவளுக்கு பயம் வரப் பின்னே செல்லத் தொடங்கினாள்...

அவன் இன்னும் அருகில் வர.. அவளின் பின் இருந்த மீன் தொட்டியில் மோதி நின்றாள். அவன் அவளினை நெருங்கிச் சென்றவன் அவளது இருபுறமும் கைகளினைப் பதித்துக் கொண்டான். அவளுக்கு அதிர்ச்சியில் மூளை வேலை செய்ய மறுத்தது. அவன் கரம் அவளின் இடை தீண்டும் வேளை அவளுக்கு எச்சரிக்கை மணி ஒலித்தது. முகம் சிவக்க... மூக்கு விடைக்க.. மூச்சினை இழுத்து விட்டவாறு.. அவள் அவனை அறையக் கைகளினை ஓங்க... இடது கரத்தில் அவளினைத் தடுத்தவன் அவளின் இடையில் வலது கரம் பதித்தான்.

****

பகுதி [ஆ]

வர்மன், அர்ஜுன் மற்றும் ஈஸ்வர் மூவரும் வெளியில் வர... மிதிவண்டியும் தனது மகளையும் காணாது ஈஸ்வர் தோட்ட வேலையாள் அன்வரிடம் கேட்க...

"தனது மிதிவண்டியில் கெவினை மருத்துவரிடம் காட்ட அழைத்துச் சென்று இருக்கின்றாள்", என்று அவனுக்குத் தெரிந்த மொழியில் கூற..

"தனியாக அந்தப் பகுதிக்குச் செல்லக் கூடாது என்று கூறினால் கேட்பது இல்லை. நான் அவளை அழைத்து வருகிறேன். நான் வரத் தாமதமாகும் என்று சொல்லிவிடு அர்ஜுன்", என்று ஈஸ்வர் கூறினார்.

"சிகிச்சைப் பெட்டி அளிக்க நான் அங்கே தான் சார் போறேன். நீங்கள் பயிற்சிக்குச் செல்லுங்கள். நான் அழைத்து வருகிறேன்", என்றான் வர்மன்.

"சரிப்பா... நான் பயிற்சிக்குச் செல்லுகிறென். உங்களுக்கு நாளை பயிற்சி இருப்பதால் இன்று பணியை முடித்துவிட்டு ஓய்வு எடுத்துக் கொள்ளுங்கள்", ஈஸ்வர்.

"ஓகே சார்", என்றனர் அர்ஜுன் மற்றும் வர்மன்.

"சரி நீ வீட்டுக்குப் போய் மற்ற வேலைகளைப் பாரு அர்ஜுன். நான் பெட்டிகளை சேர்த்து விட்டு வருகிறேன்", என அவன் மன நிலையினை அறியும் பொருட்டு அவ்வாறு கேட்டான் வர்மன்.

"இல்லை வர்மா. நானும் வருகிறேன். எனக்கு அப்படி ஒன்றும் பெரிதாக எந்த வேலையும் இல்லை", அர்ஜுன்.

"அப்படினா சரி. வா போகலாம்", என்று புன்னகைத்தவாறே வர்மன் ஜீப்பில் அமர்ந்தான்.

இருவரும் சிகிச்சை அளிக்கும் இடத்திற்கு ஜீப்பில் பயணித்தனர். வர்மனுக்கு ஒருவாரு அர்ஜுனின் மனப் போராட்டம் புரிந்து தான் இருந்தது. அவனும் அந்த நிலையினைக் கடந்து தான் வந்திருந்தான் என்பதால்.

"எனக்கு உன் மனசுக்குள்ள இருக்க போராட்டம் புரியுது அர்ஜுன். ஆனால் அதையும் தாண்டி நம்மல கட்டிப் போடும் சக்தி ஒன்று உண்டு. அதை நம்ம மறக்க நினைக்க நினைக்க ஆழம் அதிகமாகும். இப்போ நீ அந்த சூழ்நிலையில் தான் இருக்க.", வர்மன்.

"உன்கிட்ட மறைக்க என்ன இருக்கு வர்மா... நான் அதிலிருது வெளியில் வரனும்னு நினைக்கிறேன்... அதுக்கும் போரடிகிட்டு தான் இருக்கேன்", அர்ஜுன்.

"நாம நம்ம நாட்டுக்காக பணிபுரியுறோம். அதில் மற்ற சிந்தனைகள் நம்ம மனசை ஆட்சி செய்யாம பாத்துக்க

வேண்டியது ரொம்ப முக்கியம். மற்றதை நினைக்கக் கூடாதுனு நான் சொல்ல வரல... உனக்குப் புரியும்னு நினைக்குறேன்...", வர்மன்.

"எனக்கு நீ சொல்ல வரது புரியுது தான். ஆனால் அதற்கு இது சரியான வயதும் இல்ல.. எனக்காக மித்ரா இன்னும் எத்தனை வருடம்னாலும் காத்து இருப்பா.. நான் அவள் வயதுக்கு சரி கிடையாது...", அர்ஜுன்.

"காதலுக்கு வயது தடை இல்லை. ஆனால் புரிதலும் ரொம்ப முக்கியம். உங்க இரண்டு பெருக்கும் அது ரொம்பவெ இருக்கு. இனி உன் முடிவு தான். நல்ல முடிவா எடுப்பனு நம்புறேன்" வர்மன்.

இருவரும் ஜீப்பில் பயணம் செய்து கொண்டே உரையாடிக் கொண்டு செல்ல... வழியில் மிதிவண்டி மட்டும் தனியாக கிடக்கக் கண்ட வர்மன் ஜீப்பினை சடாரென நிறுத்தினான். அர்ஜுன் வேகமாகச் சென்று மிதிவண்டியினைப் பார்த்தான். சந்தேகமே இல்லை. இது மித்ராவின் மிதிவண்டி தான் என உறுதி செய்தான் அர்ஜுன்.

"என்ன ஆனது ஏன் மித்ரா மிதிவண்டியினை இங்கேயே விட்டுச் சென்றுவிட்டாள். வேறு வண்டியில் சென்றாலும் நம்மைப் பார்க்காமல் செல்ல வாய்ப்பு இல்லை. ஒருவேளை மருத்துவமனையில் இருக்கின்றாளா...", வர்மன்.

"சீக்கிரம் வா வர்மன். அவள் அங்கு இருக்கின்றாளா என்று பார்க்க வேண்டும்", என்ற அர்ஜுன் துரிதமாகச் செயல்பட்டான்.

ஜீப் அவன் கையில் பறந்தது. அவனுக்கு மனதில் இருந்த்து அனைத்தும் மித்ரா அங்கு இருக்க வேண்டும் என்பது மட்டும்தான். வேறு எதையும் அவன் நினைக்கவில்லை.

வர்மனுக்கு மித்ரா மருத்துவமனையில் தான் இருப்பாள் என்று முழுமனதாக நம்பினான். அவனுக்கு தெரிய வாய்ப்பில்லை அல்லவா... அர்ஜுனுக்கும் மித்ராவிற்கும் நடந்த உரையாடல்...

மருத்துவமனையினை அடைந்தவன் அங்கு இருந்த அனைத்து இடத்திற்கும் பைத்தியம் பிடித்தவன் போறு அலைந்தான். ஆனால் அவள் தான் அங்கு இல்லை. என்ன ஆனது... எங்கு சென்றாள்...

மருத்துவரிடம் கேட்க... நிலா சிகிச்சை முடிந்து சென்று ஒரு மணி நேரம் ஆனது என்று கூறவும் அர்ஜுன் உடைந்து விட்டான். ஒரு மணி நேரம் என்றால் எங்களை வழியில் பார்த்தாவது இருந்திருக்க வேண்டுமே... ஆனால் மிதிவண்டி மட்டும் கிடக்கின்றது என்றால்... அவனுக்கு மூளை வேலை செய்ய மறுத்தது. வர்மன் தான் ஏதோ தவறு நடந்துள்ளது என்பதை அறிந்து அர்ஜுனிடம் சென்று என்ன நடந்தது எனக் கேட்க...

"காலையில் தான் என்னிடம், நான் இல்லை என்றால் தான் உங்களுக்கு என் அன்பு புரியும் என்று கூறினாள்... ஆனால் அவள் இப்படி", அவனுக்கு அதற்கு மேல் வார்த்தை வர மறுத்தது...

வர்மனுக்கு துளியும் சந்தேகமில்லை மித்ரா மீது... அவனுக்கு ஒரு தங்கையாக மித்ராவினை நல்லப் பழக்கம். அவளின் அறிவும், அன்பும் நன்கு அறிந்தவன். அவள் இப்படி ஒரு முடிவினை எடுக்க வாய்ப்பே இல்லை என எண்ணியவன் அர்ஜுனிடம் தன்னுடன் வருமாறு சைகை செய்து ஜீப்பினை நோக்கிப் புறப்பட்டான். வந்த வேகத்தினையும் மீறிப் பல மடங்கு வேகத்தில் ஜீப் சீறிப் பாய்ந்தது.

****

அத்தியாயம் 3

பகுதி [அ]

வலது கரத்தில் மொபைலைப் பற்றியபடியே தனது இரு விரல் கொண்டு அவளின் இடையில் சொருகி இருந்த மஞ்சள் வண்ண ரோஜாச் செடியினை அவளின் இடையினை உரசியவாறே எடுத்தான்.

அவள் தன்னைக் கண்டு கொண்டானே என்று தலை குனிய... அவன் அவளின் காதிற்கு அருகில் சென்று...

"இன்னும் என்னலாம் எடுத்து வச்சிருக்க... எடுத்தது எல்லாம் திருப்பிக் கொடு", ரூபன்.

அவனைத் தள்ளி அவனிடம் இருந்து விலகியவள் அவனை முறைத்து...

"என்னைத் திருடினு நினச்சீங்களா.. நான் அப்படிப் பட்ட பொண்ணு இல்லை", நிலா.

"அப்போ... இது எப்படி இங்கே வந்தது" என்று அவன் அவளின் இடையினைக் காண்பிக்க...

அவன் செய்கையினால் விலகி இருந்த தாவணியைச் சரி செய்தவள் "அது... அது வந்து.... கீழே இருந்தது.. நான் எடுத்துட்டு ", நிலா சொல்ல

"எனக்குப் பொய் சொன்னாப் பிடிக்காது..", ரூபன்.

"அது... எனக்கு மஞ்சள் ரோஜா ரொம்பப் பிடிக்கும்... பூப் பறிக்க மனசு வரல... அதான் செடி வைக்கலாம் அப்படின்னு", நிலா.

"அதனாலத் திருடி இருக்க... இது தப்பு தான", ரூபன்.

"இனிமேல் இப்படி செய்ய மாட்டேன். நான் பண்ணது தப்பு தான். என்னை மன்னிச்சிடுங்க...", நிலா.

"ம்ம்ம்... சரி வா உன்னை வீட்டில் விடுரேன்", ரூபன்.

"இல்லை நானே போயிக்குறேன்", நிலா.

"இந்த வீடு சுற்றி முழுக்கக் காடு. தனியா போக முடியும் அப்படினா நீ தாராளமா போகலாம். எனக்கு பிரச்சினை இல்லை", ரூபன்.

"இல்லை. என்னை நீங்க கொண்டு போய் விடுறேன் சொல்லும்போது நான் மறுக்கக் கூடாதுல... அதனால் நான் ஒத்துக்குறேன். வாங்க", நிலா(ஐயோ எப்படியோ சமாளிச்சுட்ட டி நிலா.. இல்லை நீ பயப்படும் விசயம் இவனுக்கும் தெரிஞ்சி இருக்கும்)

"மல்லிகா அம்மா... நீங்கள் நைட்கு மட்டும் சாப்பாடு செய்யுங்க.. நாளைல இருந்து ரெஸ்ட் எடுங்க..", ரூபன்.

“சரிப்பா”, என்று மல்லிகா கூறினார்.

ரூபன் மற்றும் நிலா இருவரும் ஜீப்பில் பயணம் செய்தனர். ரூபன் சொன்னது போல் அந்த இல்லம் சுற்றிலும் அடர்ந்த காடுகளே. அதில் இருந்து வெளியில் வரப் பத்து நிமிடம் கடந்தது. அவள் அவன் பேச்சினைக் கேட்காமல் வந்திருந்தால் கண்டிப்பாக இரவு ஆகி இருக்கும்.

“நல்ல வேளை அவனுடனே வந்து விட்டோம்”, நிலா.

ஊரின் மத்தியில் சென்றவன் அவளிடம்...

“மகாராணி உங்க வீடு எந்த திசைனு சொல்லுரீங்களா... இல்லை இப்படியே ஹாயா கால் மேல் கால் போட்டு வேடிக்கைப் பார்த்துட்டு வரீங்களா”, ரூபன்.

“அய்யோ வீட்டுக்கா... என் சித்தி என்னை தோல உரிச்சிடும். நான் போறேன். இங்க இறக்கி விடுங்க”, நிலா.

வேகமாக நிலாவினை அடைந்தவன் அவளை அலேக்காக தூக்க... “என்ன செய்ரீங்க.... எதுக்குத் தூக்குறீங்க”, நிலா. அவளை இறக்கி விட்டவன் ஜீப்பில் ஏறி அமர்ந்து...

“நீ தான் இறக்கி விடுங்கனு சொன்ன... அதான். சரி பை. நாளைக்கு மீட் பண்ணலாம்”, ரூபன்.

“நாளைக்கா... நினைப்பு தான். இனி உங்க பக்கமே தலை வச்சுப் படுக்க மாட்டேன். வரேன்... சாரி போரேன்”, நிலா.

வீட்டினை அடைந்தவள் வெளியில் தந்தையின் செருப்பு இருப்பதை அறிந்து நிம்மதி மூச்சுடன் உள்ளே சென்றாள்.

“வந்துட்டா... எங்கே டி போன... யாரு கூட ஊர சுத்திட்டு வர. கந்தன் கூட இருக்க சொன்னா... அவனை ஓட விட்டு நீ எவன் கூடடி போன”, கனகா..

“இல்லை சித்தி. அவன் தான்... மாமா தான் என்னை தப்பா”, நிலா.

“அவள் அப்படிதான் செய்வாள் அக்கா. அதுக்கு தான் எனக்கு கல்யாணம் செய்து குடுனு சொல்றேன். அப்புறம் இதுலாம் பண்ண முடியாதுல”, கந்தன்... எங்கே தன்னைப் பற்றி மாமன் முன் சொல்லி விடுவாளோ என்று பயம் கொள்ள நிலா கூற வந்ததை மறைத்தான்.

“நான் தான் இப்பக் கூட உனக்கு கட்டி வைக்க சம்மதம் சொல்றேன். இவர் தான் நான் சொல்றத கேட்காம இவளுக்கு துணை போறார். சீமையில இல்லாத படிப்பு. இப்ப சொல்லுங்க.. உங்க அருமை மகள் இவ்வளவு நேரம் எங்க போனால்... கேளுங்க”, கனகா.

“நான் உன்னை இரண்டாவது கட்டிக்க சம்மதிச்சதுக்குக் காரணம் என் மவ தான். அவளுக்கு எதிரா நீ எதாவது

யோசிச்சனா இப்பவே உன் தம்பி கூட வெளியில் போயிடு", மணி.

"நான் இப்ப என்ன சொல்லிப்புட்டேன். என் புள்ளைய விட நல்லாதான பத்துக்குறேன். அவள் இப்படி பொருப்பு இல்லாம ஊரு சுத்திட்டு வரது நல்லதுக்கு இல்லை. அதை சொன்னது என் தப்பு தான். நானும் என் புள்லையும் இனி எங்க போவோம். வாட தம்பி என்னை அழைச்சிட்டு போடா. நானும் கானியும் உன் கூடவே இருந்திடுறோம்", கனகா.

"அக்கா இப்போ மாமா என்ன சொல்லிப்புட்டாக... நீ கொஞ்சம் சும்மா இரு. மாமா கல்யாணம் மட்டும் ஆகட்டும் அப்புறம் பாருங்க நான் நம்ம பூனைய எப்படித் தாங்குறேன்னு", கந்தன் நிலாவை விசமமாக பார்த்துக் கொண்டே கூற

"ஏன்னமா ஆச்சு. ஏன் இவ்வளவு நேரம். இனி பாதுகாப்ப இருமா. படிக்க போய்ருந்தியா. போய் சுத்தம் பண்ணிட்டு வந்திடுமா. நாம சாப்பிடலாம்", மணி.

"சரிங்கப்பா", நிலா.

"நாளைக்கு வேலை செய்ய ஆள் இல்லைனு வர சொல்லி இருந்தாங்கமா. என்கிட்ட கேட்டாங்க. நான் உங்கிட்ட கேட்டுட்டு சொல்லலாம்னு வந்துட்டேன். திரும்பவும் சொல்றேன்மா, உன்னைப் பாத்துக்க நான் இருக்க நீ வேலைக்கு போகனுமா. எனக்கு கஸ்டமா இருக்குமா", மணி.

“அப்பா. நான் தான கேட்டேன். வீட்டில் தனியா இருக்கப் பிடிக்கவே இல்லைப்பா. கண்ட கண்ட நாய்கள் வருது. நிம்மதியும் இல்லை”, என்று கந்தனைப் பார்த்துக் கொண்டே கூற..

“உனக்கு சரின்னா சொல்லுமா நான் பார்த்துக்குறேன். நாளைக்கே வர சொல்லிட்டாங்க. நாளைக்கு உன்னை அங்கே போய் விடுறேன். அப்புறம் அவங்களே வந்து இங்கே விட்டுடுவாங்க. அங்க ரொம்பப் பாதுகாப்பான இடம் தான்மா. எல்லாம் விசாரிச்சுட்டேன்”, மணி.

“சரிங்கப்பா. நாளைக்கே அங்கே போறேன்”, நிலா.

“நானும் அங்க போகவாப்பா. எனக்கும் ஆசையா இருக்கு”, கனிமொழி கட்க...

“உன் பரிட்சை முடிய நாள் ஆகும் தானமா, முடியட்டும் நீயும் அக்கா கூட போலாம்”, மணி.

“சரிப்பா”, கனிமொழி.(கனகாவுக்கும் மணிக்கும் பிறந்தவள்)

நாளையிலிருந்து கொஞ்ச நாளைக்கு விடுதலை கிடைக்கப் போகின்றது என்ற நினைவில் நிம்மதியாக உறங்கினாள் நிலா.

****

பகுதி [ஆ]

மிதிவண்டி இருந்த இடத்தினை வந்தடைந்தனர் அர்ஜுன் மற்றும் வர்மன். அவர்கள் அந்த இடத்தினைச் சுற்றிலும் தேடிப் பார்க்கத் தூரத்தில் ஒரு பதினைந்து வயதுள்ள ஒரு சிறுவன் ஓடி வரக் கண்ட வர்மன் அவனைப் பிடிக்க பின்னே ஓடினான். வர்மன் திடீரென்று ஓடவும் அர்ஜுனும் அவனைப் பின் தொடர்ந்தான். அந்தச் சிறுவன் சென்ற இடம் ஒரு குடிசை. உள்ளே சென்றவன் வெளியில் வரவே இல்லை. வர்மனும் அந்தக் குடிசைக்குள் நுழைய பேசிக் கொண்டு இருந்தவர்கள் சட்டென்று பேச்சினை நிறுத்தினர். அவன் பின் அர்ஜுனும் உள்ளே வரக் கண்ட சிறுவன் இவர்களினைப் பயத்துடன் பார்த்தான்.

குடிசைக்குள் ஒரு முதியவர் ஆனால் வலுவான தேகம் உடையவர் இருந்தார். அவரிடம் ஏதொ பேசிக் கொண்டு இருந்தவன்

தன்னைக் கண்ட்தும் அமைதி ஆனதை கண்ட வர்மன் அவனை ஆராயும் பொறுட்டு பார்க்க... பெரியவர் வர்மனிடம்

“யாரு தம்பி நீங்க.. உங்களுக்கு என்ன வேணும்?..”,

“இவன் காட்டுக்குள்ள இருந்து ஓடி வரதைப் பார்த்தேன். காட்டுக்குள்ளே போகக் கூடாதுனு சட்டம் இருக்கு அதையும்

மீறி எதுக்கு இவன் போனான். எங்களைப் பார்த்ததும் எதுக்கு பயப் படுறான்", வர்மன்.

"அதை தான் அவன் எங்கிட்ட சொல்லிட்டு இருக்கான் தம்பி. நீங்க யாருனு சொன்னாதான் நான் உங்க கிட்ட விசயத்தை சொல்ல முடியும் இல்லையா", பெரியவர்.

"நான் வர்மன். ஆர்மில நாயக். இவனும் என்னுடன் தான் பணி செய்றான். அர்ஜுன். இப்போ சொல்லுங்க. என்ன நடந்து", வர்மன்.

"ஓ..சரி வாங்க தம்பி... உட்காருங்க.. ஒரு பொண்ணு காட்டுக்குள்ள போறதா இவன் சொல்றான். காடுக்குள்ள எப்படி ஒரு பொண்ணு போவா... அதுக்கு வாய்ப்பே இல்லை. அத தான் சொல்லிட்டு இருந்தேன். இவனுக்கு இதே தான் வேலையாப் போச்சு", பெரியவர்.

"பொண்ணா... எப்போ... எங்கே... என்ன டிரஷ் போட்டு இருந்தா... நீ பார்த்தியா?", அர்ஜுன் பதற

"ஆமா நான் பார்த்தேன். அதான் ஓடி வந்து இவர் கிட்ட சொன்னா என்ன நம்பாம உங்க கிட்ட மொக்கை போட்டுட்டு இருக்கார்", சிறுவன்.

"மிட்டு... பெரியவங்கள அப்படி பெசக் கூடாது", பெரியவர்.

“ஸாரி நானி. நான் சொல்றதக் கேளுங்க... நான் பார்த்தேன் அந்த அக்கா அந்தக் காட்டுக்குள்ள தான் போனாங்க... அவங்களக் கூப்பிடப் போரதுக்குள்ள என் காலில் முள் மாட்டவும் அதை எடுக்கக்குள்ள அவங்களைக் காணோம். அதான் நான் வேகமா இங்கே ஓடி வந்தேன். நானி வாங்க அவங்களைக் காப்பத்தலாம். சீக்கிரம் வாங்க”, மிட்டு.

“நான் பார்த்து அரை மணி நேரம் ஆச்சு. பெரிய முள்ளில் சிக்கி அதுல இருந்து வெளில வர இவ்வளவு நேரம் போராடிட்டு இருந்தேன். அந்த அக்கா உள்ளே போனவங்க வெளில வரவே இல்லை”, மிட்டு.

“நீ என்னொட வா. எந்த இடம் சொல்லு. நான் போறேன்”, அர்ஜுன்.

“வா அர்ஜுன் போகலாம். நீ வாடா மிட்டு”, வர்மன்.

“எல்லாரும் நான் சொல்றதப் பொறுமையா கேளுங்க. நீங்க நினைக்குற மாதிரி அது அவ்வளவு சுலபம் இல்லை. அந்தக் காடு அடர்ந்த மலைகள் கொண்டது. நம் நாட்டுக்கும் பக்கத்து நாட்டுக்கும் மத்தியில் இருக்கும் காடு. அதன் பகுதியில் இதுவரைக்கும் யாரும் போனதும் கிடையாது. நம் நாட்டினரும் சரி, வேறு நாட்டினரும் சரி அந்த இடம் செல்லத் தடை செலுத்தி இருக்கு. அங்க இருக்க மிருகம்... அடர்ந்த பயங்கரமான காடு... இதில் உள்ளே சென்று திரும்பி வருதல் மிகக் கடினம். இங்கே இருக்க சட்டம் உங்களுக்குத் தெரியும்தான. நீங்க அந்தக் காட்டுக்குப் போகனும்

நினைச்சதே தப்பு. அதையும் மீறி நீங்க அந்தக் காட்டுக்குப் போனால் உங்க வேலை தான் போகும். அதனால் சொல்றேன். திரும்பிப் போங்க. அங்க எந்தப் பொண்ணும் இருக்க மாட்டாள். போய் அரை மணி நேரம் ஆகுதுனு சொல்றான். கண்டிப்ப காட்டுக்கு முதல் ஆரம்பம் இடத்திற்குள் நுழைந்து இருப்பாள்.", நானி.

"நான் போறேன். யாரும் வராதீங்க. தகவல் சொல்லிடு வர்மன். நான் திரும்பி வந்தா என் மித்துவோடதான் வருவேன். இல்லை நானும் அவள் கூடவே போறேன்", அர்ஜுன் சொல்லிவிட்டு வெளியில் செல்லத் தொடங்க..

"அர்ஜுன் நானும் வறேன் இரு. அவள் எனக்கும் தங்கை தான்டா", வர்மனும் சொல்லிவிட்டு வெளியில் செல்ல

"நானும் வறேன் சார்", மிட்டு.

"சரி எல்லாரும் போறதுனு முடிவு ஆகிட்டுனா... சும்மா போறது சுத்த மடத்தனம். நான் சொல்றத செய்ங்க. இருங்க வரேன்", நானி.

உள்ளே சென்றவர் கையில் ஒரு வரைபடமும் சில பைகளும் கொண்டு வந்தார்.

கொண்டு வந்தவர் அனைத்தையும் அங்கிருந்தத் தரையில் பரப்பி அனைத்தையும் கூறத் தொடங்கினார்.

“நாம போறது அடர்ந்த மரங்கள் நிறைந்த மலைக்காடு. அதுக்குள்ள போகிட்டா வெளியில் வரது கூட ரொம்ப கஷ்டம். உள்ளே போறதுக்கு முன்னாடி நம்ம அந்தக் காட்டினைப் பற்றியும் அறிவது ரொம்ப முக்கியம். இது தான் அந்தக் காட்டுக்கான மேப். இதுல இருக்க மூனு திசையில் அந்தப் பொண்ணு எந்த திசையில் ஓடினானு பார்த்து சொல்லு மிட்டு”, நானி.

“இது என்ன நானி. எனக்கு ஒன்னும் புரியில. என்ன இது. நான் நம்ம குடிசைக்கு வடக்குப் பக்கம் தான் போனேன். அந்தப் பக்கம் சலசலனு பாம்பு போச்சு.. அதைப் பார்த்து பயந்து எதிர்ல இருக்க காட்டுப் பக்கம் போனேன். என் சத்தம் கேட்டு அந்த அக்கா கெவின்னு கத்தவும் நான் காட்டுக்குள்ள வந்தது தெரிஞ்சு நீங்க என்னை திட்டுவீங்கனு அந்த அக்காக்குத் தெரியாம மறைந்து நின்னேன். திரும்பி அவங்களை பார்க்குறேன்... அவங்க ரொம்ப தூரத்துல ஓடிட்டு இருந்தாங்க. நானும் அவங்க பின்னாடி ஓட முள் வேலி இருந்தது தெரியாம மாட்டிக்கிட்டேன். அப்புறம் பார்க்கக் காணோம்”, மிட்டு.

“அப்போ அந்தப் பொண்ணு இந்தப் பக்கம் தான் போயிருக்கனும். இதை பாருங்க. நான் மூனு மேப் எடுத்து வந்தேன். ஆளுக்கு ஒன்னு கையில் வச்சிக்கோங்க. இடது பக்கம் போயிருந்தா மூனு மணி நேரம் தான் கடைசில மலை வந்திடும். அது அப்புறம் அந்தப் பொண்ணு திரும்பி வந்திடுவா. வலது பக்கம் போயிருந்தா அதே மூனு மணி நேரம் தான். மலை தடுத்து திரும்பி வந்திடுவா. ஏன்னா.. மலை மனிதர்களும் செல்லும்படி இருக்காது. ஆனால் நேரா வடக்கு

நோக்கி சென்று இருந்தா அது முழுவதுமே மலைகள் இல்லாத காடுகள். கிட்டத்தட்ட ஐந்து மணி நேரம் பயணம் செய்தாலும் முடிவு தெரியாது. இதில் நான் பயணம் செய்த இடம் இந்த கிழக்கு மேற்கு திசையில் மட்டும் தான். வடக்கு திசைக்கு நான் இதுவரை சென்றதே இல்லை. இப்போ நாம போனாலும் நாளை வரை கூட நேரம் ஆகலாம். முக்கியமான விசயம் நாம அங்க தான் போறோம்னு யாருக்கும் தெரியக் கூடாது. என்ன செய்யலாம் நீங்க சொல்லுங்க", நானி.

****

அத்தியாயம் 4

பகுதி [அ]

அதிகாலை வேளை என்றும் போல் இன்றும்... தேநீர் வைத்து அனைவருக்கும் கொடுத்து வந்த மணி, தன் செல்ல மகளிடம் "வேலை செய்தது போதும் நீ சீக்கிரம் கிளம்புமா... மற்ற வேலைகளைக் கனிக் கிட்டப் பார்க்கச் சொல்லிக்கலாம்", என்றார்.

"இல்லை. வேண்டாம் அப்பா. இன்னும் பத்து நிமிடத்தில் முடிந்துவிடும். நானே பார்த்துக்கிறேன். நீங்கள் கிளம்புங்கள் அப்பா. நான் வந்துடுறேன்", நிலா.

"சரி சீக்கிரம் வா மா", மணி.

வேலைகள் செய்யாது போனால் எப்படியும் தந்தை இல்லாத நேரம் தன் சித்தித் தன்னை ஒரு வழி செய்து விடுவாள் என்று தெரிந்த காரணத்தினால் அவளே அனைத்து வேலைகளையும் செய்து விட்டுத் தயாராகித் தன் தந்தையுடன் சாப்பிட்டுவிட்டுக் கிளம்பி விட்டாள்.

காலைத் தேனீர் முதல் கொண்டு உணவு தயாரிப்பது வரை மணி செய்துவிட.... மற்ற அனைத்து வேலைகளையும் நிலா பார்த்துக் கொள்வாள். கனகா, கனி, கந்தன் மூவரும் மணி ஒன்பது ஆகாமல் எழுந்ததே இல்லை எனலாம். கனி மட்டும் பள்ளி நாட்களில் நிலா உதவியால் எழுந்துவிடுவாள். அதுவும் கனகாவிடம் பல வசவுகள் வாங்கிப் பின் தான் கனியினை எழுப்பி விடுவாள்.

மணியுடன் மிதிவண்டியில் பயணம் செய்தாள் நிலா. ரூபனின் வீட்டு வழியில் செல்லக் கண்டவள் "அப்பா.. இந்தப் பக்கம் ஒரே வீடு தான் இருக்கு. நான் எங்கே வேலைக்கு போறேன். அங்கே தானா".

“ஆமாம்மா. மல்லிகா எனக்குத் தங்கை முறை தான்மா. அவள் சொல்லித்தான் எனக்குத் தெரியும். அங்கே தான் வேலை. உன்னை இன்னைக்கு மட்டும் வந்து விட்டாப் போதும். அடுத்து வரப் போக எல்லாம் அவங்களே உன்னை விட்றதா சொன்னாங்க”, மணி

ரூபனின் இல்லம் வந்து மல்லிகாவினை சந்தித்து அவரிடம் தனது மகளினை ஒப்படைத்தவர் பின் வீடு திரும்ப... மல்லிகா நிலாவிடம் வீட்டில் செய்ய வேண்டிய அனைத்து வேலைகளையும் கூறினார். அவளின் அதி முக்கியமான கேள்வி ஒன்று இருந்தது. அதாவது அவள் நேற்று இங்கு வந்தபொழுது ஒருவன் இருந்தானே அவன் யார் என்பது தான். அதனை நிலா கேட்க... “பாத்ரூமில் வேலை செய்ய வந்த சிறுவன்.. அவனை ரூபன் தான் வரச் சொல்லி இருந்தான் எனக் கூறவும் தான் அவளுக்கு நேற்று நடந்ததற்கான விவரம் தெரிந்தது. சரி அப்போ அவன் ஏன் பேசவே இல்லை அக்கா என அவள் கேட்க “ஆவனுக்குப் பேச வராது. செய்கை தான் அவனுக்குப் புரியவும் செய்யும்”, என்று கூறத் தன் முட்டாள் தனத்தை எண்ணி நொந்து கொண்டாள்.

தோட்ட வேலை, வீடு முழுவதும் சுத்தம் செய்தல் தான் இவளின் பணி. சமயல் வேலை இவளுக்குச் சுட்டு போட்டலும் வராது என்பது அவளின் தந்தை மூலம் அறிந்திருந்தனர். அவளும் என்ன செய்வாள் பாவம். தாய் தான் தன் மகளுக்கு சமையல் குரு. அவளுக்கு அந்தக் கொடுப்பனை இல்லையே. அவளது சித்தி இதுவரை அடுப்பறைப் பக்கம் வந்ததே இல்லை. தந்தை செய்வதும் ஏதோ சாப்பிடும் படிதான். அப்படி இருக்க அவளை என்ன குற்றம் சொல்வது.

அனைத்து பணிகளையும் சொல்லிக் கொடுத்தவர் தட்டில் காலை உணவாக ராகி தோசையும் காரச் சட்னியும் செய்து ரூபனுக்குக் கொடுக்கச் சொல்லி சொல்ல... அவள் திருதிருவென விழித்தாள். இதுவரை அவன் கண்களில் படவே இல்லை. இதில் இனி உங்களைச் சந்திக்கவேப் போவதில்லை என்று வேறு கூறி ஆகிவிட்டது. அப்படியிருக்க அவன் வீட்டில் வேலைக்கு வந்துவீட்டு அவன் முகத்தில் தான் விழிக்க

வேண்டும். சரி போவோம் என்று நினைத்தவள் மல்லிகாவிடம் தட்டினை வாங்கியவள் வேகமாக படிகளில் ஏறினாள்.

அவனறைக்குச் செல்ல வழி தெரியவில்லை. மாடியில் மட்டுமே நான்கு அறைகள். அதில் எதுவென்று அவளுக்குத் தெரியும். ஒவ்வொரு அறைக்குச் செல்ல, எங்கும் அவனில்லை. சரி திரும்புவோம் என்று திரும்ப மொட்டை மாடியில் இருந்து படியில் கையில் துண்டும் உடற்பயிற்சி உடையும் அணிந்து இறங்கிக் கொண்டு இருந்தான். அவனைக் கண்டவள் அவனை நோக்கிச் செல்ல அவனும் அவனறைக்குச் சென்றான்.

உள்ளே சென்றதும் அவளைக் கண்டவன் "நான் சமைக்குறேன்னு சொன்னா அக்கா கேட்க மாற்றாங்க. இனி நீ சமைக்கவும் கத்துக்கோ. அவங்களுக்கு உடல்நிலை சரியில்லை. அதான் கொஞ்ச நாளைக்கு நீ இங்கு இருக்கலாம். அப்புறம் கல்லூரிக்குச் செல்லலாம்".

"சமைக்க வராது. எனக்கு சமைக்க கத்துத் தர மல்லிகா அக்கா ரொம்ப கஷ்டப் படனும். பரவாயில்லையா", நிலா.

"நல்லா சப்பிட மட்டும் வருமா", ரூபன்.

"ம்ம்ம்... இல்லை. நான் நல்ல சாப்பாடு சாப்பிட்டதே இல்லையே. அப்புறம் எப்புடி நல்லா சாப்பிட முடியும்", முகம் வாடக் கூறியவளை உற்று நோக்கியவன் "இனி நான் உனக்குக் கத்துத் தரேன். இன்னைக்கு மதியம் நான் சமைக்குறேன். நீ மற்ற வேலைகளைப் பாரு", ரூபன்.

"சரி. நான் தோட்ட வேலகளைப் போய் பாக்குறேன்", நிலா.

மல்லிகாவிடம் வந்தவள், மல்லிகாவிற்கு உடல்நிலை மிகவும் மோசமாக இருப்பதைக் கண்டவள் அவளுக்குச் சுடு தண்ணீர் வைத்துக் கொடுத்து அதன் பின் உறங்க வைத்துத் தோட்டம் சென்று அனைத்து செடிகளுக்கும் தண்ணீர் ஊற்றி பாத்தி எடுத்து சரி செய்து, அவளின் தோழி பியூட்டியிடம் உரையாட ஆரம்பித்தாள்.

பியூட்டியிடம் தன் கதை அனைத்தையும் ஒப்புவிக்க.. யாரோத் தன்னைக் கவனிப்பது போன்று இருக்கச் சுற்றி ஒரு நோட்டம் விட்டவள் யாரும் இல்லை எனவும் திரும்பத் தன் வேலையினைத் தொடங்கினாள்.

அதன் பின் ஒவ்வொரு செடியிடமும் சென்றுக் கதை அளந்தவள் கடைசியாக மாமரம் அருகில் வந்தாள். மாமரத்தில் இரண்டு கிளிகள் கொஞ்சிக் கொண்டு இருக்க அதனை ரசித்தவள் மதிய நேரம் ஆகப் பின் சமையலறைக்குச் சென்றாள். அங்கு அவளுக்கு முன்னரே ரூபன் நின்று இருக்க அவனை வியப்புடன் பார்த்தவள் அவனருகில் சென்று வேடிக்கை பார்க்கத் தொடங்கினாள். மிகவும் இலகுவாய் அனைத்து வேலைகளையும் செய்து முடித்தவன் அவள் தன்னை இமைக்காது பார்ப்பது உணர்ந்து அவளின் முகத்தில் தண்ணீரினைத் தெளித்தவன் "போய் சோஃபால தூங்கு போ. இங்கெ நினுட்டே தூங்காத" என,

"நீங்க சமைக்குற அழக ரசிச்சுட்டு இருந்தேன். அதான். தூங்கலாம் இல்லை.. சமைகுறீங்க சரி. சாப்பிடுர மாதிரி இருக்குமா பாஷ்", நிலா.

"அடிங்க.. கையில் கிடச்ச... ஓடிப் போய்டு", ரூபன்.

"ஈஈஈஈ..... நான் போய்டேன் பாஷ்", என்று கூறிவிட்டு மல்லிகாவினை பார்த்துக் கொண்டு இருந்தாள்.

****

பகுதி [ஆ]

"நான் நடக்குற விஷயம் எல்லாம் ஈஸ்வர் சார் கிட்ட சொல்லிடறேன். அப்புறம் நாம கிளம்பலாம். போன் வேண்டும் நானி", அர்ஜுன்.

இங்கே போன் எதுவும் கிடையாதுப்பா. மருத்துவமனைக்குதான் போகனும். ஒன்னு வேணா செய்யலாம். இங்கே இருக்க பெட்டியில் கடிதம் எழுதிப் போடுவோம். என் நண்பன் வருவான். அவனுக்கு எழுதும் கடிதப்பெட்டி தான் இது. நான் வெளியில் சென்றுவிட்டால் இதில் எழுதிவைத்துவிட்டுச் செல்வது வழக்கம். அப்படி அவன் வந்து இதனைப் படித்துவிட்டு அவரிடம் சேர்த்துவிடட்டும்", நானி.

வர்மன் கடிதம் எழுதினான்.

ஈஸ்வர் சார் இப்பொழுது நான் உங்களது மகனாக எழுதும் கடிதம்...

மித்ராவுக்கு ஏதோ ஆபத்து என்று மட்டும் தெரிகிறது. ஆனால் அது எது என்று இதுவரை நான் அறியேன். ஆனால் நான் மித்ராவுக்கு ஒன்றும் ஆகாமல் உங்கள் கையில் சேர்ப்பது எனது மற்றும் அர்ஜுனின் பொறுப்பு. அதைவிட முக்கியமான ஒன்று நீங்கள் எங்களைப் பற்றி கவலை எதுவும் கொண்டு எங்களைத் தேட வேண்டாம். அதுவே இ00

ப்பொழுது நீங்கள் எங்களுக்குப புரியும் மாபெரும் உதவி. வந்தால் மித்ராவுடன் தான் வருவேன்.

இப்படிக்கு உங்கள் பெறாத மகன் வர்மன்.

அந்தக் கடிதத்தினை நானி வாங்கி அதன் மேல் **"இதனை ஈஸ்வர் மேஜர் ஜெனரலிடம் சேர்ப்பிக்கவும். மிக அவசரம். முக்கியமும் கூட"** என எழுதியவர் அதன் பின் அவர்களுக்குத் தேவையான சில பொருட்களை எடுத்துக் கொண்டு கடித்தத்தினைப் பெட்டியில் போட்டுவிட்டுக் காட்டினுள் சென்றனர்.

காட்டினுள் செல்லத் தொடங்கும் முன் மிட்டு தனது தெய்வத்தினை வணங்கிவிட்டு வர்மனுடனே சென்றான். அர்ஜுனுக்கு மித்ராவின் நினைவலைகளே கண் முன் வந்து சென்றது. நானிக்கு அவரின் மூன்றாவது பயணம் இது. ஒவ்வொருவரும் ஒவ்வொரு சிந்தனையில் பயணத்தினைத் தொடங்கினர்.

"வழியில் செல்லச் செல்லக் கவனமாக இடத்தினை அறிந்து கொள்ளுங்கள். நமக்குக் காட்டில் வழி தெரியாமல் நிற்கும் நிலை கூட வரலாம். கவனம் முக்கியம்", நானி.

"நானி இந்தப் பக்கம் தான் அக்கா ஓடுனாங்க... இதொ இங்கே, இந்த முள் வேலியில் தான் நான் மாட்டுனேன்", மிட்டு.

"இது வடக்குப்பக்கம் போகும் வழிதான். ஆனால் இந்தப் பக்கம் தான் போனாள்னு எந்த நம்பிக்கையும் இல்லையே. வாங்க பார்க்கலாம்", நானி.

அர்ஜுன் முகம் கலங்கியே இருக்க அவன் கரம் பிடித்து அழுத்திய வர்மனும் உள்ளுக்குள் கலங்கி தான் இருந்தான். பல

இராட்சத மரங்கள், புட்கள் முழங்கால் வரை, முள்களும் வேலி போன்று அடர்ந்து காண... எங்கு எந்தப் புதைக் குழி உள்ளது என்று கண்டு பிடிப்பது முதல் கொண்டு அறிவதே மிக கஷ்டம். நானி வழி நடத்த அவரின் பின் ஒருவராய் பின் தொடர்ந்தனர்.

அவர்கள் குறிப்பிட்டு வடக்குப் பக்கம் நடக்க முடிவெடுத்து நடந்தனர். இருப்பினும் பல மணி நேரம் நடந்தபடியே இருக்க மிட்டுப் பேச்சினைத் தொடர்ந்தான்...

“அண்ணா உங்க லவ்வரா அக்கா. பேரு என்னன்னா..”, மிட்டு.

“மித்ரா டா. அவன் லவ்வர் தான்”, வர்மன்.

“ஏன் அதை அவர் சொல்ல மாட்டாராம். ஐயோ மொறைக்காதீங்க... பயந்துட்டேன். போங்க மீசை”, மிட்டு.

தலையில் சடாரென அடி விழவும் ஒரு நொடி அவனுக்குப் பொறி கலங்கியது. தெளிவடைய சில பல நொடிகள் ஆனது. கண் திறந்து பார்க்க.. அருகில் வர்மன் மட்டும் நின்று இருந்தான். நானியும் அர்ஜுனும் முன்னே சென்று கொண்டு இருக்க... வலியில் வர்மனை பாவமாகப் பார்த்தான் மிட்டு.

“டேய்... அவங்கிட்ட வாங்கிக் கட்டிக்காம இருக்க மாட்டியா நீ. அவனை மீசைனு கூப்பிட்டா அவ்வளவு தான்”, வர்மன்.

“அதுக்கு இப்படியா அடிக்கிறது. அவருக்கு மீசை பெருசா இருந்தா அப்படி தான் கூப்பிடத் தோணும். அதுக்கு இப்படியா.. அந்த அக்கா எப்படி இவங்களை லவ் பன்னாங்க...”, மிட்டு.

“அந்த அக்கா தான் இவனை லவ் பன்னா. அதுக்குக் காரணமும் இவன் கோபம் தான். இப்ப என்ன சொல்ற”, வரமன்.

“எப்படி அண்ணா... அவங்களும் அப்போ அப்படித்தானா”, மிட்டு.

“இல்லை. அவள் அப்படியே இவனுக்கு எதிர். அவ்வளவு வாலு. சுட்டி. அதான் இவனைப் பிடிச்சும் இருக்கு”, வர்மன்.

“ஏன் நீங்களும் நல்லா தான் இருக்கீங்க.. அழகாவும் இருக்கீங்க... உங்களை லவ் பண்ணல... நான் பொண்ணா இருந்தா உங்களை தான் லவ் பன்ணி இருப்பேன்”, மிட்டு.

“டேய் அவள் என் தங்கச்சிடா.. தப்பாப் பேசுனா இனி எங்கிட்டயும் அடி வாங்குவ.. அவங்க நம்மள விட்டு ரொம்ப தூரம் போய்ட்டாங்க.. வாடா.. லூசு மாதிரி ஊளரிட்டு இருக்காம”, வர்மன்.

“என்னவோ போங்க... எனக்கு உங்களைத் தான் பிடிச்சி இருக்கு. அந்த மீசையப் பார்த்தா கோவம் தான் வருது”, என்று கூறியவன் வர்மனுடன் வேகமாக ஓடினான்.

****

அத்தியாயம் 5

பகுதி [அ]

மல்லிகாவிற்கு கஞ்சி செய்தவன் நிலாவினை அழைத்துக் கொடுக்க...

"பாஷ் எனக்கு மூக்குல பிரச்சினைனு நினைக்குறேன். எனக்கு பல பல மணம் வந்துச்சு. நானும் நமக்கு இன்னைக்கு வேட்டை தான்னு நினைக்க.. எப்பவும் நான் சாப்பிடுர கஞ்சி தான் நீங்கசெய்து இருக்கீங்க. அப்புறம் எப்படி பாஷ் எனக்கு மணம்", நிலா.

"அது இருக்கட்டும். அது என்ன பாஷ். நான் உனக்குக் கடத்தல் தொழில் செய்றவன் மாதிரி தெரியுறேனா", ரூபன்.

"இல்லை பாஷ். உங்களை சார்னு கூப்பிட்டா வயசு ஆனா மாதிரி தோனுது. ஆனால் உங்களுக்கு வயசு ஆகலையே... அதான் பாஷ்.", நிலா.

"சரி இதை குடுத்திட்டு வா. சாப்பிடலாம்", ரூபன்.

"சரி பாஷ்", நிலா.

மல்லிகாவிற்கு உணவு அளித்துப் பின் உறங்க வைத்துவிட்டு உணவு மேஜைக்குத் திரும்ப அங்கு ரூபன் பல உணவு வகைகளினை எடுத்து அடுக்கிக் கொண்டு இருந்தான். அதனைப் பார்த்தவள் "பாஷ் யாரும் விருந்தாளிங்க வராங்களா... இவ்வளவு சாப்பாடு அதுவும் கலர் கலரா வேற இருக்கு", என்று கண்களில் வியப்புடன் கூறினாள்.

"வா. வந்து இங்கே உட்கார். நாம ரெண்டு பேருக்குத் தான் சாப்பாடு", ரூபன்.

"ஊண்மையாவா பாஷ். அருமை அருமை. சீக்கிரம் நீங்க சாப்பிட்டுட்டு கொடுங்க. நான் பசியோட இருக்கேன்", நிலா.

“லூசு இங்கே உட்கார். உனக்கும் எனக்கும் தான் சமைச்சேன். சேர்ந்து சாப்பிடலாம்”, ரூபன்.

“பாஷ். அது வந்து... வேண்டாமே...”,. நிலா.

“ஊட்காருரியா இல்லையா”, ரூபன் அதட்டவும்

“வேகமாக உட்கார்ந்தாள். மீன் வகைகள், சிக்கன் சுக்கா, மட்டன் குழம்பு, நாண், பன்னீர் பட்டர் மசாலா என அனைத்தையும் வயிறார உண்டவள் கண்கள் கலங்கவும் “தண்ணீர் எடுத்துக் குடி லூசு.. அவ்வளவு காரமா இருக்கா”, ரூபன்.

“இல்லை பாஷ். ஆனந்தக் கண்ணீர். நான் இதுவரைக்கும் இப்படிலாம் சாப்பிட்டதே இல்லை பாஷ். அப்பாவும் நானும் கஞ்சி தான் குடிப்போம். அப்பா கொண்டுவரப் பணத்துல சித்தி கனி, மாமா மூணு பேரும் கடையில பரொட்டா வாங்கி சாப்பிடுவாங்க. நான் சப்பிட்டுட்டேன்னு சொல்லிடுவாங்க அப்பாகிட்ட. அப்பா இரவு தான் வருவார். அவருக்குக் கஞ்சி தான் இருக்கும் அதை குடிச்சிட்டு அவரும் தூங்கிடுவார்”, என்று நிலா கண் கலங்க...

“ஃபு ஃபு காரம் காரம் தண்ணீ எடு, அய்யோ சீக்கிரம் எடு”, ரூபன்.

அவன் கூறியதும் வேகமாக தண்ணீர் எடுத்துவந்து அவனுக்குத் தர அதில் அவளின் துயரம் மறைந்து நார்மல் ஆனால். ரூபனும் அவள் நார்மல் ஆகக் கண்டவன் அவளினை முழுவதும் சாப்பிட வைத்துப் பின் தான் எழுந்தான். மாலையில் அவளின் தந்தைக்கும் சாப்பாடு எடுத்துச்செல்லச் சொல்ல அன்று மட்டும் தான் எடுத்துச் செல்வேன் என்று வீரவசனம் பேசி மகிழ்ச்சியாக எடுத்துச் சென்றாள்.

இப்படியே இரண்டு நாட்கள் கழிய ஒரு நாள் மாலை நேரம் தோட்டத்தில் வேலை செய்து கொண்டு இருந்தாள் நிலா.

மாமரம் அருகில் சென்றவள் சுற்றிலும் வேடிக்கை பார்க்கத் தொடங்கினாள்.

மரத்தின் கிளையில் கிளிக் குஞ்சு ஒன்று கீழே விழும் போல் இருக்க அதனைக் கண்டவள் வேகமாக கண் இமைக்கும் நொடிக்குள் மரத்தின் உச்சியில் இருந்தாள். எப்படியோ ஒருவாறு உச்சிக்கு வந்துவிட்டாள். ஆனால் கிளையின் மூலையில் இருக்கும் அந்தக் கிளியினை எப்படிக் கையில் எடுப்பது என்று தான் அவளுக்கு ஒன்றும் விளங்க வில்லை.

கிளையில் நடக்கலாம் என்று முடிவு செய்தவள் மரம் ஏறிய வேகத்திலேயே கிளையில் நடக்கவும் செய்தாள். ஒருவழியாய் கிளையின் மூலைக்கு வந்துவிட்டிருந்தாள். இருபது அடி தூரம். தவறியிருந்தால் என்ன ஆகியிருக்கும் என்று நினைத்தவள் அதனைத் தன் கைகளில் ஏந்தியவள் மிகப் பெரிய கிளை ஒன்றின் மத்தியில் அதனை பத்திரப் படுத்திவிட்டு இறங்கலாம் என்று கால் வைக்க அப்பொழுது கால் தடுக்கி விட கிளையில் தடுமாறினாள். தடுமாற கிளை ஆடவும் நிலையாய் நிற்க முடியாது கீழே சரிய நல்லவேளை கைகளில் மரக் கிளையினைப் பிடித்துக் கொண்டாள். அப்படியே அவள் கிளையில் தொங்க... ஒரு பெரிய குரல்..

அது யாரும் இல்லை. நம் ரூபனின் குரல்.

“ஹேய் குரங்கு. அறிவில்லை உனக்கு. மரம் ஏறி விளையாட நீ என்ன குழந்தையா. இப்போ ஏன் தொங்கிட்டு இருக்க”, ரூபன்.

“வேண்டுதல்... மரம் ஏறித் தொங்கனும்னு எனக்குப் பல நாள் வேண்டுதல். அதான்”, நிலா.

“கால் தவறி அந்தரத்தில் தொங்குனாலும் உனக்கு வாய்க்கு மட்டும் குறைச்சல் இல்லை”, ரூபன்.

“ஆதான் தெரியுதில்லை. தவறி தான் விழுந்தேன்னு. காப்பாத்தாம எனக்கென்னனு இருக்கீங்க. நீங்கலாம் என்ன மனுசன்”, நிலா.

“நீ உன் வேண்டுதலை நிறைவேற்றுமா. முடிஞ்சா எனக்கும் சேர்த்து வேண்டு. நான் போறேன்”, ரூபன்.

அய்யோ... இவன் வேறு நம்மல சோதிக்குறானே... வெட்கத்த விட்டு காப்பத்த சொன்னாலும் காப்பத்த மாட்றான். சரி குதிச்சிடுவோமா...

“கருப்பா என்னை காப்பத்துப்பா”, என்று கன்னை மூடிக் கொண்டு கைகளினை விட்டவள் காற்றினில் மிதந்து தரையினை அடைந்தாள்.

****

பகுதி [ஆ]

வழியில் ஓடை வர அதில் நீர் அருந்தித் தாகம் தணித்து தனது பாட்டில்களில் நிரப்பியவர்கள் மீண்டும் நடந்தனர். சுமார் ஒரு மணி நேரம் நடந்தனர்.

“எந்த வழியில் சென்றுள்ளால் என்பது தெரியாது. வடக்குப் பக்கம் சென்று இருந்தால் எப்படியும் வரத் தாமதம் ஆகும். ஆனால் கிழக்கோ அல்லது மேற்கோ சென்றால் இப்பொழுது திரும்பியே இருப்பாள். எப்படியும் இந்த இடம் வந்து ஆக வேண்டும். நமக்கு ஒரு வழி தான் உண்டு. இந்த இடத்தில் அமர்ந்து அவள் திரும்பி வருகின்றாளா எனப் பார்க்க வேண்டும். ஒரு மணி நேரத்தில் அவள் வரவில்லை என்றால் பின் நாம் வடக்கு நோக்கிப் புறப்பட வேண்டியது தான்”, நானி.

“ஒரு மணி நேரம் இங்கு வெட்டியாக நேரம் கடத்தச் சொல்கிறீர்களா... இங்கு அமர்ந்து நீங்கள் அவள் வந்தால் அழைத்துச் செல்லுங்கள். நான் வடக்கு நோக்கிப் புறப்படுகிறேன். அங்கு அவள் ஒருவேளை இருந்தால் நான் விரைவில் சென்றுக் காப்பற்ற வேண்டும்”, அர்ஜுன்.

“நான் சொல்வதைக் கேள் தம்பி. காட்டில் திசை தெரியாமல் மாட்டிக் கொள்வோம். அதன் பின் வழியினைக் கண்டு அறிவது கடினம். அதான்”, நானி.

“நான் சொல்வதைப் புரிந்து கொள்ளுங்கள். அவளுக்கு எண்ண நடக்கும் என்று எனக்கு மனம் அடித்துக் கொண்டு இருக்கின்றது. நான் அவளைப் பார்த்தே ஆக வேண்டும். வர்மா நான் சொல்வதைப் புரிந்து கொள்”, அர்ஜுன்.

“சரி நாம் இருவரும் செல்வோம். நானி நீங்களும் மிட்டுவும் இங்கு அமர்ந்து கொள்ளுங்கள். அவள் வந்தால் வீட்டிற்கு அழைத்துச் செல்லுங்கள்”, வர்மன்.

"இல்லை வர்மா... அவர்களுக்கு உன் பாதுகாப்புத் தேவை. நீ இங்கும், நான் அங்கும் இருப்பது மிக முக்கியம். நான் போய் வருகிறேன்", அர்ஜுன்.

"சரி. அப்போ மிட்டுவக் கூட்டிட்டு போ. நானி இங்கே இருக்கிறது தான் நல்லது. அவருக்கு வழி தெரியும். உங்களையும் நாங்கள் கண்டு பிடிக்க வசதியா இருக்கும்", வர்மன்.

"நான் அப்படி என்ன உங்களுக்குத் துரோகம் செய்தேன் அண்ணா... உங்களைப் பிடிச்சிருக்குன்னு தான சொன்னேன். இப்படி கோர்த்து விடுறீங்களே", மிட்டு.

"நீதான் வரும் பொழுது வீர வசனம் பேசுன... நானும் உங்க கூட வரேன்னு, இப்போ என்ன... சொன்னதெல்லாம் பொய்யா... உன் நாட்டுக்கு செய்யும் உழைப்பு இவ்வளவு தானா", வர்மன்.

"அண்ணா நான் போறேன். தயவு செய்து என் நாட்டுப்பற்று மேல் மட்டும் சந்தேகம் வேண்டாம். நாட்டுப்பற்று காரணமாக மட்டுமே இந்த மீசை கூடச் செல்றேன். வறேன்", மிட்டு.

"பார்த்துப் போங்க... இந்த மேப் உங்க கையிலேயே இருக்கட்டும். வழியில் தவறினால் இது உதவும். வழியில் ஆறு வந்தால் தண்ணீர் நிரப்பிக் கொள்ளுங்கள். நமக்கு சாப்பாடு இப்பொழுது வரை தண்ணீர் மட்டுமே", நானி.

"ஆமா... அப்படியே இந்த மேப் வச்சு வழியக் கண்டு பிடிச்சிட்டாலும்... பத்து கோழி முட்டை சுத்திட்டே இருக்குற மாதிரி தான் எனக்குத் தெரியுது... இதுல இந்த மீசை கூட வேற என்னை அனுப்பி வைக்குறாங்க... இன்னும் எத்தனை அடி வாங்கக் காத்திருக்கேன்னு தெரில. எப்பா சண்டிகேஸ்வரா... உனக்கு ஒழுங்கா இனி தேங்காய் உடைக்குறேன். மொறைக்காத... இவ்வளவு நாள் உன்னை ஏமாத்துன மாதிரி இனி கண்டிப்பா ஏமாத்த மாட்டேன். நீ என்னை இந்த மீசை கிட்ட இருந்து மட்டும் காப்பாத்து. அந்த அக்காவ நான் காப்பாத்திக்குறேன். தயவு பன்னுப்பா", மிட்டு மனதில் வேண்டிக் கொண்டு இருக்க...

“டேய் என்ன தூங்குர... சீக்கிரம் வாடா... நேரம் ஆகுது..”, என்று அர்ஜுன் அவனை எரிந்து விழ..

மிட்டுவின் பாவமானப் பார்வையினை அறிந்த வர்மன் அவனைப் பார்த்துப் புன்னகைத்துக் கொண்டான். அர்ஜுனும் மிட்டுவும் வடக்கு நோக்கி நடக்கத் தொடங்கினர்.

“நீங்க தமிழ் பேசுறீங்க நானி. எந்த ஊர் நீங்க.. மிட்டு யாரு”, வர்மன்.

“நான் சென்னை தான் வர்மா. எனக்கு பூர்வீகம் தமிழ்நாடு தான். எனக்கும் ஆர்மில தான் வேலை. முன்னொரு காலத்தில். மேஜர் ஜெனரல் விக்னேஸ்வர்”, நானி.

“ஆப்போ நீங்க தான் விக்னேஸ்வரா... அது நீங்க இந்தக் காட்டுக்குள்ள வந்ததனால் தான் உங்க வேலை போச்சு இல்லையா. எதுக்கு வந்தீங்கன்னு சொல்லவே இல்லை நானி நீங்க. மிட்டு யாரு”, வர்மன்.

“மிட்டு இங்கே இந்தக் காட்டுல கிடச்ச ஒரு குழந்தை. எனக்கு சொந்தம் சொல்லிக்க யாரும் இல்லை. என்னை திருமணம் செய்தவளும் நான் அனுப்புறப் பணம் வாங்கிட்டு நான் அவள் கூட இல்லாத காரணத்துனால தவறா போய்ட்டாள். நான் ஊருக்குப் போன அப்புறம் இந்த விசயம் தெரிஞ்சு அவளை விட்டு வாழத் தொடங்கினேன். அப்போ தான் இந்தக் காட்டுக்குள்ள இருந்து எதோ என்னை ஈர்க்கும். அப்படி ஒரு நாள் நான் வரும்பொழுது தான் ஒரு பெண் கையில் குழந்தையோட இங்கே இருக்க மருத்துவமனைக்கு வந்திருந்தா. அவளுக்கு மாரடைப்பு வந்து இறந்திடவும் அவள் குழந்தைக்கு யாரும் இல்லைனு அகிடுச்சு. அதுக்கு அப்புறம் தான் நான் மருத்துவர் கிட்ட சொல்லிட்டு வளர்க்க ஆரம்பிச்சேன். அவனுக்கு மிட்டுனு பேர் வச்சு என் பேரனாவே வளர்த்திட்டு வறேன். அவனுக்கு இதுவரை தெரியாது நான் அவன் தாத்தா இல்லை அப்படின்னு. அவனுக்கு என்னை மாதிரி ஆர்மி மேன் ஆகனும்னு கனவு. நாட்டுப்பற்று அதிகம். இந்த நாட்டுக்கு எதுவும்னா என் உயிர் கொடுக்க்க் கூடத்

தயங்க மாட்டேன்னு சொல்லிட்டே இருப்பான். அவனுக்கு இந்தக் காட்டுக்குள்ளே என்ன இருக்குன்னு பார்க்க ரொம்ப ஆவல். இங்கு எதோ தப்பா இருக்கு. அதை நான் கண்டு பிடிச்சே தீருவேன்னு சொல்லிட்டே இருப்பான். நான் கட்டுப் படுத்தி வச்சதால தான் அமைதிய இருந்தான். அவன் என் சொந்தப் பேரன் இல்லைதான். ஆனால் அப்படியே என் மனம், குணம் தான்.

நானும் இந்தக் காட்டுக்குள்ள எதொ இருக்குன்னு நினைச்சுத் தான் இரண்டு முறை உள்ளே வந்து சுத்திப் பார்த்தேன். எப்படியும் எனக்கு ஒன்னும் கிடைக்கல. அப்படி ஒரு நாள் திரும்பும் பொழுது தான் என்னை பார்த்த சீஃப் என்னை பணி நீக்கம் செய்ய உத்தரவிட்டார்", நானி.

****

ஆத்தியாயம் 6

பகுதி [அ]

இன்னும் விழிகளைத் திறக்கவில்லை நிலா. “என்னடா இது நமக்கு கொஞ்சம் இரத்தமாவது வரும்னு நினைச்சோம். ஆனால் ஒரு இடத்துல கூட வலி இல்லை. மெத்தை மேல கிடக்குற மாதிரில இருக்கு”, என்று நினைத்தவள் விழிகளினைத் திறந்தாள்.

விழிகளில் ஒன்றும் தெரியவில்லை. சிவப்பு நிறம் மட்டுமே கண்ணுக்குத் தெரியக் கைகளினைத் தூக்க முயற்சிக்க அதுவும் அசையவில்லை. அப்பொழுதுதான் அவளுணர்ந்தாள் அவள் சிறை பட்டிருக்கின்றாள் என்று. எந்தச் சிறை என்று நிமிர்ந்து பார்க்க ரூபனின் முகம் அவளுக்கு முன். அவனின் கரங்களுக்குள் அவள் கரங்கள் சிறை பட்டிருக்க அவள் முகம் அவன் மார்பினில் பதியக் கிடந்தாள்.

அவளுக்கு ஏணி கொண்டு வருவோம் என்று ரூபன் நினைக்க... அவள் கருப்பா எனத் தொடங்கியதும் என்ன செய்யப் போகின்றாள் எனப் பார்த்தவன் அவள் குதிக்கப் போகிறாள் என அறிந்தவன் அவளைத் தடுக்க வாய் திறக்கும் முன் குதித்து விட அவளைத் தாங்க அவன் கைகளினைத் தூக்கி நிற்க அவள் விழுந்ததில் அவளை அணைத்த வண்ணம் அவனும் தரையில் விழுந்தான். அது புல் தரை என்பதால் அவனுக்கும் எதுவும் ஆகவில்லை. அவன் முகம் அருகில் கண்டு நிலா தவிக்க அவளின் தவிப்பினை அறிந்தவன் அவளை விலக்கிவிட்டு “லூசு லூசு. இப்படியா குதிப்ப. கொஞ்சம் கூட அறிவே இல்லை உனக்கு. இனி இப்படி செய்த நான் மனுசனா இருக்க மாட்டேன்”, என்று அவன் கத்திக் கொண்டு இருக்க...

அவனின் அணைப்பினில் கிடந்தவள் அதிலிருந்து வெளிவரப் போராடிக் கொண்டு இருந்தாள். அவன் கத்திக் கொண்டு இருப்பது புரிய கடைசியில் மனுசனாக இருக்க மாட்டேன்

என்று அவன் கூறிய வார்த்தை அவளது செவியினை அடைய... "இப்போ மட்டும் மனுசனாவ இருக்கீங்க", என்று முணங்க...

அது ரூபனின் காதில் தெளிவாகவே விளங்க... அவளினை நெருங்கியவன், "உனக்குச் சொன்னா மட்டும் புரியாது, இனி இந்தத் தவறை செய்யாம இருக்க உனக்குத் தண்டனை தரனும்" என்றவன் கீழே விழுந்ததில் இடையினில் விலகி இருந்த அவளது தாவணியினை இன்னும் விலக்கியவன் அவளினை அவன் அருகில் இழுத்து காதருகில் சென்று இதழ் முத்தம் தெரியுமா... அதைத் தர வேண்டி இருக்கும் தண்டனையா", என்றவன் "இனி தாவணி போடாத. அப்புறம் சேதாரம் ஆனா அதுக்கு நான் பொறுப்பு இல்லை. இந்த இடை என்னை என்னவோ செய்யுது", என்றவன் அவளின் இடையினை வருடிவிட்டுப் பின்...

"மேல வா. உனக்கு சுடி எடுத்துத் தரேன். என் நண்பன் மனைவிக்கு வாங்கி வைத்தேன். அதை தரேன்", ரூபன்.

"ஆனால் எனக்கு அதை போட்டு பழக்கம் இல்லை. காசும் இல்லை ", நிலா.

"நான் உங்கிட்ட காசு கேக்கல. அப்புறம் பழகிக்க...", ரூபன்.

அவன் சொன்னபடி சுடி அணிந்து கொள்ள அதன்பின் அவனின் சீண்டல்கள் குறைந்துவிட இவள் தான் மனம் ஏதோ இல்லாதது போன்று தவித்துக் கொண்டு இருந்தாள்.

அவள் வீட்டினில் மல்லிகா தான் இதை உடுத்திக் கொள்ள சொன்னார் எனக் கூறிவிட அவர்கள் எதுவும் சொல்லவில்லை. ஆனால் நிலாவின் உடைகளை அடிக்கடி எடுத்துப் போடுவதை வழக்கமாக்கிக் கொண்டாள் கனி. நிலாவும் ஒன்றும் சொல்லவில்லை. ஆனால் கனகா மட்டும் என்றும் போல் நிலாவினை வதைக்காமல் இல்லை. கணவன் இருந்தால் மட்டும் நல்லவள் போன்று நடிக்க ஆரம்பித்தாள்.

நிலாவுக்கு ஒரு மாதம் தவிப்பும், சிறிது மகிழ்வும், நிம்மதியும், கனகாவிடம் வசவுமாய் சென்றது. ஒரு மாத்த்தில் மல்லிகா உடல் நிலை தேறி இருந்தார்.

மல்லிகாவும் நிலாவும் வேலைகளைப் பகிர்ந்து செய்யத் தொடங்கினர். மல்லிகா தேறினாலும் ரூபனும் நிலாவினை வேலையினை விடச் சொல்லவில்லை. நிலாவிற்கும் வேலையினை விடும் எண்ணம் இல்லை. மல்லிகா அனைத்தும் அறிந்ததால் எதுவும் சொல்லவும் இல்லை. ரூபனின் வாழ்வில் நல்லது நடக்க வேண்டும் என்று நினைப்பவர் என்பதால் மகிழ்ச்சியாகவே எண்ணினார்.

சமையலில் நிலா நூறு சதவிகிதம் தேறியிருந்தாள் ரூபனின் கைப்பக்குவம் மற்றும் மல்லிகாவின் கைப்பக்குவம் என அனைத்தும் அறிந்து ஒரு நல்ல சமையலினைக் கற்று இருந்தாள். நாளை ரூபன் அவன் நண்பன் வருகிறான் என்று கூறவும், அதற்கு நான் தான் சமைப்பேன் என்று கூறி அனைத்து சமையல் வேலைகளையும் அவளே பார்த்தாள்.

அடுத்த நாள் காலை அனைத்து சமையல் வேளைகளையும் முடித்தவள் ரூபனை அழைக்க அவனறைக்குச் செல்ல... அங்கு ஒரு பெண் ரூபனைக் கட்டி அணைத்த வண்ணம் நின்றிருக்க... இவளுக்கு ஒரு மாதிரி ஆனது. சத்தம் எதுவும் கொடுக்காமல் அப்படியே திரும்பி விட்டாள்.

"என்ன என்னைக்கும் முகம் பல்பு மாதிரி எரிஞ்சிட்டே இருக்கும் இன்னைக்கு இப்படித் தொங்குது. என்ன ஆச்சு", மல்லிகா.

"ஆதெல்லாம் ஒன்னும் இல்லை அக்கா. அவர் எங்கே போனார்னு தெரியலை. நீங்க போய் கூட்டிட்டு வாங்களேன். எனக்கு கால் வலிக்குது", நிலா.

"கொஞ்சம் இரு வந்துடுரேன். பரீத் தம்பி என்னை காபி எடுத்துட்டு வரச் சொன்னார். அதைக் கொடுத்துட்டு போறேன். நீ வெளியில் இரு", மல்லிகா.

"சரிங்க அக்கா. நான் வெளியில் இருக்கேன்", நிலா.

வெளியில் வந்தவள் சோஃபாவில் அமரும் நேரம்... ரூபனின் கரங்களினைப் பற்றிக் கொண்டு படியில் நடந்து வந்து கொண்டிருந்தால் அந்தப் பெண். அவளைப் பார்த்தும் நிலாவிற்கு வயிற்றில் விறகு வைத்து எரிந்த்து போன்று உஷ்ணம் ஆக... அதனை அறிந்த அந்தப் பெண்ணோ... அவனை இன்னும் அருகில் சென்று அனைத்த வண்ணம் இவளருகில் வந்து... "ஆதி இவள் யாரு... நீங்க சொல்லவே இல்லை.ஹாய் நான் சுபா", என்று கை கொடுக்க... அவள் அவளின் கரத்தினைப் பற்றாது "வணக்கம். நான் யாழ்நிலா", என்றாள். "ஸ்வீட் நேம். நீங்களும் ஸ்வீட் தான்", என்றவள் உள்ளே சென்றுவிட்டாள். அதன் பின் அவர்கள் அனைவருக்கும் சாப்பாடு கொடுக்கக் கூட அவள் வரவில்லை. தனது தோழி பியூட்டியிடம் கம்ப்லைண்ட் செய்து கொண்டு இருந்தாள்.

"பியூட்டி. நான் உன் அண்ணன விரும்புறேன்னு எனக்கு இப்போ தான் தெரியும். அந்தப் பொண்ணு கூட இருக்கறது எனக்குப் பிடிக்கல அப்படின்னா நான் விரும்புறேன்னு தான அர்த்தம்.... ஆனால் அவருக்கு ஏற்கனவே காதலி இருக்கா. அவருக்கு அவங்க தான் கரெக்ட். என் தகுதி என்ன.. நான் அவரை விரும்புறதுக்கு... ஆனால் காதல்னு நான் உணரும் போதே என் காதலுக்கு அழிவும் வந்திடுச்சு பியூட்டி " என்று அழுது கொண்டு இருக்க... பின்னாடி யாரோ வரும் ஓசை கேட்க... ரூபன் தான் அவளை அழைத்தான். போய் சாப்பிடு என்று கூறிவிட்டு அவன் தோட்டம் பக்கம் சென்றுவிட...

இவள் மல்லிகாவிடம் சென்றாள். மல்லிகா பாலை ஒரு டப்பாவில் கொடுத்து நிலாவிடம் இதை மேலே வலப்பக்க அறையில் கொடுக்க்ச் சொல்லி சொல்ல... அவளும் சென்றாள்.

அந்த அறைக் கதவு திறந்திருக்க... உள்ளே செல்லலாம் என்று நுழைய... இருவர் இதழ் முத்தம் பரிமாறிக் கொண்டு இருக்க... அப்படியே ஷாக் ஆனதுபோல் நின்றாள் நிலா. அதுவும் அங்கு இருந்த பெண் ரொபனின் காதலி. ரூபனுக்கு இப்படி ஒரு பெண் வாழ்க்கைத்துணையாகவா என நினைத்து அதிர்ந்தவள் "சீ"

என்றாள். ஏதோ சத்தம் கேட்கின்றதே என்று உணர்ந்த இருவர் பிரிந்து.. அங்கு நிலா நிற்க்க் கண்ட சுபா.. "ஈதுக்குத் தான் சொன்னேன் கதவு திரந்து இருக்குன்னு.. எங்க என் பேச்சை கேட்கிறீங்க", கூற.. பரீத் அசடு வழிந்தான். சுபா நிலா கையில் இருந்தப் பாலை வாங்கியவள் "வா நிலா. வந்து உட்கார்", சுபா.

"நீங்க ரூபனுக்குத் துரோகம் செய்றீங்க. இது தப்பில்லையா", நிலா.

"என்ன துரோகம். என்ன சொல்றீங்க... நிலா நீ தானா...", பரீத்.

"இருங்க அம்மு நான் சொல்றேன். அம்மா நிலா உன் கற்பனை குதிரையை எவ்வளவு தூரம் வரைக்கும் வளர்த்தி இருக்க. நான் சந்தேகப் பட்டேன். இப்போ கன்பார்ம் பன்னிட்டேன். நீ ரூபனைக் காதலிக்குற கரெக்ட் ஆ", சுபா.

"நான் என்ன சில்றேன் நீங்க என்ன சொல்றீங்க... ரூபன விரும்பிட்டு இப்போ இவன் கூட ஒன்னா இருக்கீங்க.. இவனை விட ரூபன் அழகு வேறு. உங்களுக்கு என்ன தெரியுது இவங்கிட்ட அப்படி", நிலா.

வயிறு வலிக்க்ச் சிரித்த சுபா "ஆமாம் இவன் கொஞ்சம் சுமாரா தான் இருக்கான். இல்லயா அம்மு", என பரீத்திடம் கேட்டாள்.

ஏற்கனவே முகம் சிவந்து இருந்த பரீத் அவளினை அடிக்க வர அவளைத் துரத்த ஆரம்பித்தான். அந்த நேரம் குழந்தை அழும் சத்தம் வர... சுபா விரைவாகத் தொட்டிலில் இருந்து குழந்தையினைக் கையில் ஏந்தியவள் பால் கொடுத்து உறங்க வைத்தாள்.

நடந்த அனைத்தையும் வியப்பாகப் பர்த்துக் கொண்டு இருந்த நிலா தலையில் கொட்டு விழ சுய நினைவினை அடைந்தாள். பரீத் தான் அவளைக் கொட்டி இருந்தான். "அவள் என் பொண்டாட்டி. அவளுக்கு நான் தான் புருஷன். உன் காதலன் ரூபன் இல்லை. போதுமா. உன் கண்ணுக்கு என்னைப் பார்த்தா நல்லா இல்லாத மாதிரி தெரியுதா... ", பரீத்.

“யோவ் மீசை பாம்புன்னு சொல்ல மாட்ட… இப்படிக் கண்ணு முன்னாடி காட்டி பயமுறுத்துர… நான் பச்சை மண்ணுயா..”, மிட்டு.

கொஞ்சமும் யோசிக்காமல் பாம்பினை எடுத்து மிட்டுவின் அருகில் அர்ஜுன் போட ஒரே துள்ளலில் அர்ஜுன் இடையில் ஏறி உட்கார்ந்து கொண்டவன் அவனைக் கட்டிப் பிடித்துக் கொண்டு அலற…

“இனி வாய் பேசுன.. இது சாம்பில் தான். இன்னும் மெயின் பிக்சர் நிறைய இருக்கு. வசதி எப்படி”, அர்ஜுன் அவனை கீழே இறக்கி விடப் போராடிக் கொண்டே சொல்லிக் கொண்டு இருக்க…

“எங்கே மிட்டுவின் பிடி உடும்புப் பிடியாய் இருக்க.. அவனை பிரிக்க முடியாமல் அருகிலிருந்தக் கல்லின் மேல் உட்கார்ந்து கொண்டான் அர்ஜுன். ஹேய் எழுந்திரு. பாம்பு போய் பல நேரம் ஆச்சு. தொடை நடுங்கிச் சாகுர.. அப்புறம் ஏன் கூட வந்த… போ நீ முதல்ல… நான் போய் தேடிக்கிறேன்”, அர்ஜுன்.

“லேசாகக் கண் திறந்து பார்த்த மிட்டு பாம்பு இல்லை என்பதனை அறிந்துப் பின் அவன் கழுத்தினைச் சுற்றிப் போட்டு இருந்த தனது கரங்களினை விடுவித்தவன் இடையில் கட்டியிருந்த காலகளினையும் விடுவித்து இறங்கி..

“மீசை… சாரி அண்ணா… சாரி… மாமா”,மிட்டு.

“மாமாவா”, அர்ஜுன் கோவமாகக் கேட்க,

“ஆமா…அக்காவக் கட்டிக்கிட்டா எனக்கு நீங்க மாமாதான”, மிட்டு.

“சரி மேலே சொல்லு. என்ன”, அர்ஜுன்.

“அதுவந்து நீங்க என்ன சொன்னாலும் நான் கேட்பேன். ஆனால் தனியா மட்டும் போக சொல்லாதீங்க.. எனக்குப் பயம்லாம் இல்லை. அதுவும் இந்தப் பாம்புக்கு பயந்துலாம் நான்

சொல்லல... உங்களைத் தனியா அனுப்ப என் மனசுக் கேக்கல.. என்னை நம்பி தான் அண்ணா உங்க கூட அனுப்பி இருக்கார், அதான்", மிட்டு

அர்ஜுன் வாய் விட்டுச் சிரிக்க... எதோ அற்புத்த்தினைக் கண்டவன் போல் மிட்டு அர்ஜுனைப் பார்த்துக் கொண்டு இருந்தான். அர்ஜுன் அழுதும், முகம் கலங்கியும், கோபமாகவும், ஏன் ஏக்கமாகக் கூட இருந்து இவ்வளவு நேரம் பார்த்தவன் முதல் முறை சிரித்துப் பார்க்கிறான்.

"நீங்க சிரிக்கும் பொழுது அழகா இருக்கீங்க மாம்ஸ். சிரிச்சுட்டே இருங்க..", மிட்டு.

"சரி வா. உங்க அக்காவைத் தேடுவோம்... நேரம் ஆகுது", அர்ஜுன்.

"மாம்ஸ்... அப்படியேத் தூக்கம் வராமல் இருக்க உங்க லவ் ஸ்டோரிய சொல்லுங்க மாம்ஸ்", மிட்டு.

"என் லவ் ஸ்டோரி உனக்குத் தாலாட்டுப் பாடுற மாதிரி இருக்காடா", அர்ஜுன்.

"மாம்ஸ் அது நீங்க சொல்றதை வச்சுத்தான் சொல்ல முடியும். சரி முறைக்காதீங்க... சொல்லுங்கள் கேட்குறேன்.. உங்க காதல் காவியத்தை",...மிட்டு.

****

அத்தியாயம் 7

பகுதி [அ]

சுபா இரண்டு நாள் அவர்களுடன் இருந்துவிட்டு குழந்தையுடன் அவள் ஊருக்குச் செல்ல... அதன் பின் நிலா ரூபன் பரீத் மூவரும் தங்களது நாட்களை மகிழ்ச்சியாகக் கழித்தனர். மல்லிகா தோட்டத்தில் இருக்க... அனைத்துவிதமான ஐஸ் க்ரீமும் வாங்கி வந்த ரூபன் நிலாவிடம் அதனை பிரீஸரில் வைக்கச் சொல்லிக் கொடுக்க,... அதனைப் பார்த்த நிலா "பாஸ் நானும் சாப்பிடவா",

"ஆது நமக்கு தான் லூசு. எவ்வளவு வேணுமோ சாப்பிடு", ரூபன்.

"அப்படியா வாவ். கியூட் பாஸ் நீங்க...", என்று அவன் கன்னம் தடவிக் கூறியவள் சென்றுவிட ரூபன் தான் அவள் தடவலில் தடுமாறினான்.

சமையல் அறைக்குச் சென்றவள் சிறுபிள்ளையாய் ஐஸ் கிரீமினை எடுத்து சுவைக்கத் தொடங்க கன்னம் முழுவதும் ஆனது. அதில் அவளுக்கு ஐஸ்கிரீம் சாப்பிடுவது முதல் முறை என்பதால் இரண்டு கைகளினையும் மேலே தூக்கி துள்ளிக் குதித்து ஆடிக் கொண்டே சாப்பிட்டுக் கொண்டு இருந்தாள். அனைத்து பிளேவரினையும் உண்டு கைகள் முழுவதும் ஐஸ் கிரீம் மற்றும் கன்னம் முழுவதும் ஐஸ்கிரீம்.

சரி சுத்தம் செய்வோம் எனத் திரும்ப சுவரில் சாய்ந்த வண்ணம் அவளைத் தான் வைத்த கண்ணை எடுக்காமல் பார்த்துக் கொண்டு இருந்தான் ரூபன். அவனைப் பார்த்ததும் அவளுக்கு வெட்கம் வர அவனை பரிதாபமாக பார்த்தாள். அவளின் வெட்கத்தினைக் கண்டு கொண்ட ரூபன் அவளின் அருகில் வரத் தொடங்க... நிலாவிற்கு இதயம் பலமடங்கு துடிக்கத் தொடங்கியது.... ஒருவாருத் தன்னை நிலைப் படுத்த முயற்சிக்க... ரூபன் அவள் கன்னம் பற்றி அவள் கன்னத்தில் இருந்த ஐஸ் கிரீமினை அவன் இதழால் சுத்தம் செய்யத்

தொடங்க... அவள் ஐஸ் கிரீமாக உருகி அவன் கரங்களில் சரிய அவளினை அணைத்த வண்ணம் மேலும் ரூபன் முன்னேற...

“டேய் ஐஸ்கிரீம் எங்கேடா... எனக்குத் தராம”, என்று உள்ளே வந்த பரீத் அந்த நிகழ்ச்சியைக் கண்டு தலையில் அடித்துக் கொண்டவன் வெளியில் சென்று விட்டான். பின் இருவரும் பிரிந்து... ரூபன் வெளியில் சென்று விட்டான். நிலா தன் முகத்தினைக் கழுவிக் கொண்டு இருந்தாள்.

நிலாவின் வீட்டில் கனியையும் அழைத்துச் செல்லும்படி கனகா கூற... சரி என்று கூறியவள் அவளையும் அழைத்துச் சென்றாள். கந்தனின் திட்டம் அவளை எப்படியாவது அடைந்து அவளைத் திருமணம் செய்ய வேண்டியது என்பதால் கனியிடம் கூறி இருந்தான். கனியும் அவனுக்குதவி புரிவதாகக் கூற... அவனும் மகிழ்ச்சியுடன் திரிந்தான்.

கனிக்கு அந்த மாளிகைக்குச் சென்று அங்கு இருக்கும் ரூபனை சந்திக்க ஆவல். நிலாவிற்கு அவன் எடுத்துக் கொடுக்கும் உடை முதற்கொண்டு அவளுக்குப் பிடித்துவிட அவனை பார்க்காமலே விரும்பத் தொடங்கி இருந்தாள். எப்படியும் தன் அழகிற்கு அவன் தன்னை வேண்டாம் என்று சொல்ல மாட்டான் என நினைத்தவள் அதிகமான சந்தோசத்தில் தான் வீட்டினுள் நுழைந்தாள். கனி அழகு தான். அவளுக்கு இருக்கும் முகப் பூச்சு அவளைப் பேரழகியாகக் காட்டும். ஆனால் நிலா இயற்கையிலேயே தேவதையாய் தெரிவாள். முகம் ஆகட்டும் இதழ் ஆகட்டும் இயற்கையிலேயே சிவந்த நிறம் கொண்டவள். கனிக்கு நிலா மேல் பொறாமை கூட உண்டு. அவளின் அழகுக்கு ஈடு கொடுக்க கனி இவ்வளவு முகப் பூச்சு இட வேண்டும். ஒப்பனை இன்றி அவள் முகத்தினை அவளே விரும்ப மாட்டாள். ஆனால் நிலா முகத்திற்கு பவுடர் கூட இட மாட்டால். ஒரு சிறிய பொட்டு மட்டுமே அவளது அலங்காரம்.

அன்று அதிகாலை உடற்பயிற்சி முடிந்து வந்த ரூபன் நிலாவுடன் இன்னொரு பெண் வரக் கண்டவன் கேள்வியாக நிலாவினைப் பார்க்க... "என் தங்கை தான் பாஸ்". அவன் கனியிடம் சிறு தலை அசைப்புடன் உள்ளே சென்று விட்டான். அவனைப் பார்த்த கனி மயக்க நிலையில் இருந்தாள். இப்படி ஒரு ஆண் மகனை இதுவரையில் அவள் பார்த்ததில்லை. அவனைப் பார்க்காமலே காதலித்தவள் அவனை பார்த்தப் பின் இவன் தான் தன்னவன் என்று முடிவே செய்து விட்டாள்.

அதன் பின் நிலாவும் ரூபனும் பரிமாறிக் கொண்ட விழிவழிக் காதலினை அறிந்தவள் கோபத்தின் உச்சியில் இருந்தாள். அவன் தனக்குக் கிடைக்காவிட்டாலும் நிலாவிற்குக் கிடைக்கக் கூடாது என வஞ்சகம் கொண்டு அவர்களினைப் பிரிக்கத் திட்டம் போட.

அன்று இரவு சுபாவும் வருவதாக இருந்தாள். சண்டே அன்று பரீத் மற்றும் சுபா ஊருக்குச் செல்வதால் சனிக் கிழமை பார்ட்டி வைத்திருக்க சுபா இரவு வந்தாள். ரூபனும் நிலாவிற்கு அழகானப் புடவையினை எடுத்து சுபாவிடம் கொடுக்கச் சொல்லிக் கொடுக்க... அதனை அணிந்து தான் நாளை வரவேண்டும் என்று சுபா கூறிவிட.. காலை எழுந்தவள் புடவையினைத் தேட அதனைக் கனி அணிந்து இருந்தாள். அவள் அவளிடம் எதுவும் கூறாது ரூபன் அளித்த சுடியில் ஒன்றினை எடுத்து அணிந்தவள் மணியிடம் கூறிவிட்டு வெளியில் வர, கந்தன் அவளிடம் ஒரு வஞ்சகப் புன்னகை செலுத்த... வழக்கம் போல் அவனைக் கண்களால் எரித்தவள் ரூபனின் ஜீப்பிற்குக் காத்திருந்தாள். என்றும் ரூபனின் ஆள் தான் அவள் வீட்டிற்கு அவளை அழைத்துச் செல்ல ஜீப்பில் வருவான். ஆனால் அன்று ரூபனே வந்திருக்க முகம் முழுவதும் மகிழ்ச்சியுடன் அவள் ஜீப்பில் ஏற கனி அவளுடன் ஜீப்பில் ஏறிக் கொண்டாள். ரூபனின் முகம் சிவந்து இருக்கமாக இருப்பதைக் கண்டவள் ஏன் என்று புரியாமல் தவிப்பாக அமர்ந்து இருந்தாள்.

ரூபன் மாளிகைக்குள் ஜீப்பினை செலுத்தியவன் வேகமாக உள்ளே நுழைந்து விட்டான். அவளைப் பார்த்த சுபா "உனக்கு எடுத்த புடவையை ஏன் நிலா கட்டல.. அது ரூபன் உனக்காக எடுத்தது", எனக் கூற

அப்பொழுதுதான் ரூபனின் இறுகிய முகத்திற்கான அர்த்தம் நிலாவிற்கு தெரிந்தது. நிலா கண்களால் கனியினைக் காட்ட.. அவளினைப் பார்த்த சுபா "சரி நான் உனக்கு ஒரு புடவை தரேன். நைட் நீ அதை தான் கட்டனும்", என்றாள்.

“சரிங்க அர்ஜுன். உங்களுக்கும் பயம். எங்க எங்கிட்ட அவுட் ஆகிடுவீங்கன்னு.. அதான் விளையாடமலே வொர்க் இருக்குன்னு பொய் சொல்றீங்க”, மித்ரா கூற

அர்ஜுன் அவளை நோக்கி வந்து கொண்டு இருந்தான். மித்ரா அர்ஜுனைப் பற்றி நன்கு அறிவாள். நாம் அவனை சீண்டினால் மட்டுமே அவன் தன் வழிக்கு வருவான் என்று. அதனாலேயே மித்ரா என்றும் அர்ஜுனை சீண்டிய வண்ணம் இருப்பாள்.

இருவரும் தீவிரமாக குச்சியினை இழுத்துக் கொண்டு இருந்தனர். மித்ராவின் முக மாற்றத்தினைக் கவனித்த அர்ஜுன் அவள் குச்சியினை விடப் போகின்றாள் என்று அறிந்து வேகமாக குச்சியினை இழுக்க மித்ரா அர்ஜுனின் மார்பில் வந்து விழுந்தாள். இருவரின் உடலும் நீரில் நனைந்து இருக்க அவர்களின் வெப்ப மூச்சுக் காற்று மட்டுமே அவர்களினைத் தீண்டிக் கொண்டு இருந்தது...

மிட்டுவிடம்...

குளத்தில் குச்சி கொண்டு விளையாடிக் கொண்டு இருக்க... அவள் நெருக்கம் என்னை எதோ செய்ய என்னைக் கட்டுபடுத்த முடியாம அவள் கையப் பிடிச்சு என் உணர்வுகளை வெளிப்படுத்த இருந்தேன். அது அவளையும் பாதிச்சிடுச்சு... அதுக்கு அப்புறம் அவள் பார்வையில் இருக்க காதல் எனக்கு வெளிப்படையாவே தெரிஞ்சது... ஈஸ்வர் சார் பார்ட்டி வைக்க அங்கே என்னொட நடனம் ஆடவும் அவள் தயாரா இருந்தா... நான் மறுத்தும் என்னை வலுக்கட்டாயமா நடனம் ஆட அழைத்து செல்ல... எனக்கும் அந்த அணைப்புத் தேவையா தான் இருந்தது.. அந்த நடனம் முடியும் சமயம் தான் அவள் காதலை சொன்னா...அவளும் என்னை விரும்ப ஆரம்பிச்சிட்டாள்னு எனக்குப் புரிய ஆரம்பிச்சது... என்னால அவள விலக்கவும் முடியலை.. அவ கூட சேரவும் முடியலை... ஈஸ்வர் சாரும் எனக்கு முழு விருப்பம் என்று சொல்லியும் மனம் அவள் நல்லதுக்கு தான் யோசிக்குது... இப்போ அவள்

எங்கூட இல்லாம போய்டுவாளோனு மனசு கிடந்து ஏங்குது... என் கையில் அவ கிடைச்சதும் பொக்கிஷத்தப் பாதுகாக்குர மாதிரி காப்பேன்.

எனக்கு கடவுள் மேல பெருசா நம்பிக்கை இருந்ததே இல்லை. ஆனால் இப்போ வேண்டுறேன். என் மித்து எனக்கு கிடைக்கனும்.

அர்ஜுன் மிட்டுவிடம் நடந்து கொண்டே தனது காதலைக் கூறிக் கொண்டே சென்றான். மிட்டுவிற்கு அர்ஜுனின் மேல் மிகுந்த மறியாதை வந்தது. அர்ஜுனை அவனும் நேசிக்கத் தொடங்கி இருந்தான்.

நேரம் இரவினை நெருங்கி இருந்தது. வர்மனும் நானியும் ஒரு மணி நேரம் கிட்டதட்ட முடிந்தும் மித்ரா வராததால்... அர்ஜுனும் மிட்டுவும் சென்ற திசையிலேயே செல்லத் தொடங்கினர்.

மிட்டுவும் அர்ஜுனும் பேசிக் கொண்டே வர... அர்ஜுனுக்குத் தூரத்தில் ஏதோ முணங்கள் சத்தம் கேட்டது. என்னவாக இருக்கும் என்று ஓடினான். அவன் பின்னே மிட்டுவும் ஓட.. இரவு ஆகத் தொடங்கியதால் இருட்டான சூழல்... இதில் அந்த அடர்ந்தக் காட்டில் மரங்களின் நிழல் இருட்டாகத் தான் காட்சியளிக்கும். முணங்கள் வந்த சத்தம் இருவரும் ஓட... அங்குப் பெரிய புலி ஒன்று மரத்திற்கு கீழ் நின்று சத்தம் கொடுத்துக் கொண்டு இருந்தது. அதனைக் கண்ட அர்ஜுன் மிட்டுவிடம் அமைதியாக இருக்கும்படிக் கூறிவிட்டு மரத்தின் மேல் என்னவென்று பார்த்தான்.

அவன் கண்களினை அவனால் நம்ப முடியவில்லை. தான் காண்பது கனவா நினைவா... அவன் கண்களில் கண்ணீர் வழிந்தது. உடல் நடுங்கியது. அருகில் இருந்த மிட்டு அர்ஜுனைக் கண்டு ஒரு முறை அதிர்ந்தான். அர்ஜுன் அழுகின்றானா என்றா ஆச்சரியம்... அர்ஜுன் பார்க்கும் திசையில் கண்ட மிட்டு மகிழ்ச்சியின் எல்லையில் இருந்தான்.

இனித் தான் செய்ய வேண்டிய செயல் என்னவென உணர்ந்த மிட்டு அவன் வேலையினைத் தொடங்கினான்.

மரத்தின் மேல் கிளையினைப் பிடித்துக் கொண்டு அமர்ந்து இருந்தது வேறு யாருமில்லை. மித்ராதான். அவளைக் கண்ட அர்ஜுனின் மூளை வேலை நிறுத்தம் செய்தது. தூரத்தில் ஏதோ சத்தம் கேட்டுப் புலி அங்கிருந்து ஓட... அதன் பின் அர்ஜுன் விரைவாக அந்த மரத்தினை அடைந்தவன் மித்ராவினை அழைத்துக் கொண்டு இருக்க... அவள் கண்களிலும் கண்ணீர் மட்டுமே.

அர்ஜுன் மரக்கிளையில் ஏறினான். மித்ராவினை அவள் கை பிடித்து இறக்க முயற்சிக்க... அவள் அவனைக் கட்டிக் கொண்டு முழு மூச்சு அழுது தீர்த்தாள். அர்ஜுன் ஒன்றும் செய்யாது அவளைத் தன் தோளில் சுமத்தியவன் மரத்தில் இருந்து கீழே இறங்கினான்.

மரத்தில் இருந்து கீழே இறக்கியவன் அவளினை ஓங்கி ஒரு அறை கொடுத்தான். அவனின் அறையில் புல் தரையில் கிடந்தாள் மித்ரா.

"என்னை விட்டுப் போக உனக்கு எப்படி மனசு வந்துச்சு சொல்லுடி. நான் அநாதை தான். அதான் உன்னை என்னால் ஏற்றுக்க முடியவே இல்லை. ஆனால் எப்போ உன்னைப் பார்த்தனோ அப்பவே முடிவு பன்னிட்டேன் நீ தான் என் பொண்டாட்டினு. ஆனால் என்னால் நீயும் ஏன் அநாதையா வாழனும்னு தான் நான் உன்னை வெறுக்குற மாதிரி நடிச்சேன். என்னை விட்டு ஒரே அடியா பிரியனும்னு தான் இங்கே வந்தியா. நீ இல்லாம நான் மட்டும் எப்படி டி இருப்பேன். ஆமா டி நான் உன்னைக் காதலிக்குறேன். உன்னை என்னைக்குப் பார்த்தனோ அன்னையில் இருந்து நீ தான் என் மனசு முழுக்க நிறைஞ்சு இருக்க. நீ என்னை விட்டுப் போனனு தெரிஞ்ச நொடி தான் நீ இல்லாம ஒரு நொடி கூட இருக்க முடியாதுனு உணர்ந்தேன். எஸ்... ஐ லவ் யூ... ஐ லவ் யூ மேட்லி.... டீப்லி" என்று அர்ஜுன் கத்திக் கொண்டு இருக்க...

அர்ஜுனைக் காற்றுக் கூடப் புகாத வண்ணம் அணைத்திருந்தாள் மித்ரா. அர்ஜுன் அப்படியே நின்று இருக்க... மித்ரா அவனின் கழுத்தினை கீழே குனியச் செய்து அவன் முகம் முழுவதும் இதழ் பதித்து அவன் கண்களில் வழிந்த கண்ணீரினை அவள் இதழ் கொண்டே துடைத்துக் கடைசியில் அவன் இதழில் தன் இதழ் சேர்த்தாள். அர்ஜுன் அதுவரைத் தன்னைக் கட்டுபடுத்தியவன் அதன் பின் மித்ராவின் செயலினைத் தனதாக்கியவன் அவள் மூச்சுக்குப் போராடுவது உணர்ந்து அவளை விடுவித்தான். அதன் பின் இருவரும் சில நொடிகள் ஒருவரை ஒருவர் விழிகளினைப் பார்த்துக் கொண்டே இருக்க... அர்ஜுன் கை மித்ராவின் இடையினை வளைக்க... மித்ரா வலியில் கத்தினாள். அப்பொழுதுதான் அர்ஜுன் மித்ராவினை கவனித்தான். மித்ராவின் சுடி முழுவதும் இரத்தக் கறை... அவள் இடுப்பில் கீறல் இருந்தது. அவள் கன்னம் முழுவதும் கைத் தடங்கள். அர்ஜுன் அடித்தது வலது புறம்... ஆனால் அவளுக்கு இரண்டு பக்கமும் அறை விழுந்ததற்கான தடங்கள். அவளின் கன்னங்கள் சிவந்து உடல் முழுவதும் இரத்தம் படிந்து இருப்பதைக் கண்ட அர்ஜுன் மனம் நெருப்பில் இட்டது போன்று கொதித்தான். அவளை அந்த நிலையில் கண்ட அர்ஜுனுக்கு மனம் ஒரு நிலையில் இல்லை... அவளை மெதுவாக அணைத்தவன் அவளின் இரண்டுக் கன்னங்களினையும் பற்றி,

“மித்து,,, பேபி... இது.. இது... என்னடி ஆச்சு,.. உனக்கு... என்ன நடந்ததுன்னு சொல்லு பேபி.. என்ன இதெல்லாம்...என்னால உன்னை இப்படிப் பார்க்க முடியலைடி”, அர்ஜுன்.

அவன் கூறக் கூற மித்ரா மயங்கி அவன் கரங்களிலேயே விழுந்தாள்.

****

அத்தியாயம் 8

பகுதி [அ]

இரவு நெருங்கியது... அதுவரை நிலாவின் கண்ணில் ரூபன் விழவே இல்லை. சுபா கொடுத்த பிங்க் நிற புடவையினை அணிந்த நிலா ரூபனுக்காக காத்திருக்க...ரூபன் அரைக்கை காலர் இல்லாத கருப்பு நிற டிஷர்ட் அணிந்து கருப்பு நிற ஜீன்சும் அணிந்து வர என்றும் தெரியாத அவனின் அழகு அன்று தான் உணர்ந்தாள். ஆறடி உயரம்.. அடர்ந்த கேசம், கூரான பார்வை, அழுத்தமான முகம், சிறிதாக புன்னகைக்கும் உதடு என்று வந்தவள் உதட்டினைப் பார்த்துக் கொண்டு இருக்கும் பொழுது அவள் அருகில் ரூபன் வந்துவிட... அவளின் பார்வையினை உணர்ந்தவன் புருவத்தினை மேலே ஏற்றி என்ன என வினவ.. "ஒன்னும் இல்லை", எனக் கூரியவள் அந்த இடம் விட்டு நகர்ந்தாள். பார்ட்டியில் சுபா பரீத் மற்றும் ரூபன் மூவரும் கலந்து கொண்டு இருக்க... ரூபனின் சில நண்பர்கள் மட்டுமே அங்கு வந்து இருந்தனர். அனைவரும் பார்ட்டியில் மகிழ்ச்சியாய் இருந்தனர். நிலாவும் அவரவர்களுக்குத் தேவையானவற்றினைப் பார்த்து பார்த்து செய்ய... ஒருவன் நிலாவிடம் ஐஸ் வாட்டர் கேட்க அதனை எடுக்க வீட்டினுள் செல்ல... பிரிட்ஜ் திறந்து ஐஸ் வாட்டர் எடுத்தவள் ஒரு தம்ளரில் ஊற்றியவள் அதனை எடுத்துக் கொண்டுத் திரும்ப அங்கு ரூபன் இவளைத் தான் பார்த்துக் கொண்டு இருந்தான். அவனின் பார்வையினை ரசித்தாலும் வெட்கம் அவளைக் குடி கொள்ள... தானாக கண்கள் தரையில் விழ ரூபன் ஒவ்வொரு அடியாக அவளினை நெருங்க நிலாவிற்கு நடுக்கமாக இருந்தது. இன்ப அவஸ்தை.

ரூபன் அவளருகில் வந்தவன் அவளினை பிரிட்ஜில் சாய்த்த வண்ணம் நெருக்க... அவளுக்கு மூச்சு முட்டியது... "நீ இந்தப் புடவைலும் தேவதை தான்டி...", ரூபன்.

“சாரி பாஸ். கனி தான் என்னை கேட்காம........”, அவளின் உதட்டில் விரல் வைத்து நிறுத்தியவன்... நீ என்னைக் கன்ட்ரோல் பண்ணவே விட மாட்ட போல... இப்படி முன்னாடி வந்து நின்னா ..... நிலா கேள்வியாக அவனை நிமிர்ந்து பார்க்க... அதற்கு மேல் முடியாது என்று நினைத்த ரூபன் அவள் இடையினைப் பற்றி அருகில் இழுத்து அவள் இதழில் தன் இதழினை இணைத்து அழுத்தமாய் தொடர... முற்று பெறாமல் செல்ல... நிலாவிற்கும் அதனுள் இருந்து வெளிவரத் தோணாது போக.. அவளின் செய்கை அவனை மேலும் முன்னேரச் சொல்ல.. அவன் எல்லை மீறும் முன் பாத்திரம் விழும் சத்தம் கேட்க... இருவரும் விலகினர்... நிலா தன் கையில் இருந்த வாட்டரை எடுத்துக் கொண்டு ஓட... ரூபன் சிரித்தவாறு அவலைப் பின் தொடர்ந்தான்.

இங்குக் கனி வக்கிரம் கொண்டு இருந்தாள்.... அவர்கள் பின் வந்தவள் என்ன செய்கிறார்கள் என்று பார்த்தால் அணைத்த வண்ணம் இதழ் பரிமாறிக் கொண்டு இருக்க... கோபத்தின் உச்சியில் இருந்தாள்....

தன்னை விட்டு அவளை பார்ப்பதே அவலை கோபம் உண்டாகி இருக்க.. இந்த நிலை அவளை இன்னும் மேலே கொண்டு செல்ல...

ரூபன் அங்கு வேலையாளிடம் சென்றவன் கத்த... என்ன எனப் பார்க்க அங்குக் கனி சென்றாள்... ரூபனும் அவனறைக்குச் செல்ல இருந்தவனிடம் தடுத்து நிறுத்தி அனுப்பிவிட்டு உள்ளே சென்று இருக்க.. அவனைப் பின் தொடர்ந்த கனியின் கண்ணில் பட்டது அவனின் சிறு வயது போட்டோ.. அதில் அவன் உடன் இரண்டு பேர்... ஒருவர் அப்படியே ரூபன் சாயல்.. இன்னொருவர் அதே கம்பீரம்.. உள்ளே நுழைந்த கனி இது என்னவென ரூபனிடம் கேட்க... அவளை ஒரு மாதிரி பார்த்தவன் சரி இவள் நிலாவிற்கு தங்கை ஆயிற்றே என நினைத்து அவளிடம் கூறத் தொடங்கினான்...

"என் அப்பா தாத்தா எல்லாரும் ஆர்மி மேன். தாத்தாவும் ஆர்மில தான் உயிர்விட்டார். அதே போல அப்பாவும் ஆர்மிலதான் உயிர்விடார். என்னைக்கும் நாட்டுப்பற்று நிறைந்து இருக்கும் குடும்பம் எங்களுது... எனக்கு அடுத்த வாரம் ட்ரைனிங்...என் தாத்தா அப்பா இரண்டு பேருக்கும் மனைவி கூட ஆயுள் குறைவா அமஞ்சிட்டாங்க... அப்பா தான் உலகம் அப்படின்னு இந்த வீட்டில் பல நாள் தனியா மல்லிகா அம்மா கூட தான் வளர்ந்தேன். தாத்தா அப்பா இரண்டு பேருக்கும் ஆர்மி விடனும்னு தொணுனதே இல்லை. எனக்காக்க் கூட... அவங்க வளர்ப்பு நானும் அப்படியே இருக்கேன்", ரூபன்.

அப்பொழுது சுபா வந்துவிட... இருவரும் கீழே சென்றுவிட்டனர். அதுவரை மறைவாக இருந்த கந்தன் கனியினைப் பார்த்தும் அவள் அருகில் வர "என்ன என்னை வரசொல்லிட்டு நீ இங்கே என்ன பன்ற... நான் எப்ப என் வேலைய முடிக்க சொல்லு", கந்தன்.

"நீ இப்போ இப்படி வந்து எங்கிட்ட பேசுனா என்ன தான் சந்தேகப் படுவாங்க... நீ அந்தக் காட்டுக்குப் பக்கம் போ.. நான் அவளை வர வைக்குறேன்... ", கனி.

சரி என்று கூறியவன் மறைந்து கொண்டான்.

"நிலா அந்தப் பக்கம் யாரோ இருப்பங்க போல... ட்ரிங்க்ஸ் எடுத்து வரச் சொல்லி ரூபன் சொன்னாங்க", என்று கனி கூற... ரூபன் என்றதும் நிலா சரி இதக் கொடுத்துவிட்டுச் செல்கிறேன் என்று கூறியவள் சென்றுவிட்டாள். அவள் செல்லுவதையே விசம்மாக பார்த்த கனி ரூபன் தோட்டம் அருகில் தனியாக் நடப்பது அறிந்து அவனிடம் சென்றவள்...

"நீங்க என் அக்காவ காதலிக்குறீங்க... சரிதானே", கனி.

ரூபன் அதிர்ந்தாலும் "ஆமா அவள் தான் எனக்கு மனைவி", எனக் கூற... அதில் அதிர்ந்தாலும் தன்னை சமாளித்தவள்

“நீங்க இவ்வளவு சுயனலவாதியா... என் அக்காக்கு பிறந்த வீட்டிலையும் அன்பு இல்லை.. இனி உங்க கூடையும் நிம்மதிய இருக்க மாட்டா போல... அவளுக்கு வந்த சோதனை”, என கனி கூற

அவளைக் கேள்வியாக ரூபன் பார்க்க. “ஆமா... நீங்க அவள் கிட்ட லவ் சொன்னதும் அவளும் சரின்னு சொல்லுவா... அவளுக்கு எங்க வீட்டுலியே கூட இருந்து பார்க்க ஆள் இல்லை... அங்கவே தனிமையில் இருந்தா... இனி நீங்களும் கல்யானம் பன்னிட்டு அவளை விட்டு போய்டுவீங்க.. அப்போ கூட அவ தனிமையில் தான் இருக்கனும்... அதுவும் இல்லாம உங்கள் வீட்டில எல்லாப் பொண்ணுங்களும் கொஞ்ச நால் தான் கணவன் கூட வாழ்ந்தாங்கன்னு சொன்னீங்க... அப்போ அவளும் கொஞ்ச நாள் தான் உங்க கூட வாழ்வாலா”, கனி அவனைக் கேட்டுவிட்டு அங்கிருந்து சென்றுவிட... அவளின் கேள்வி ரூபனை அசைத்தது... தன்னால் தன்னவள் உயிருக்கு ஆபத்து வந்தாள்...

“ஆதி... என்ன இங்கே இருக்க... உன்னைத் தேடி தான் நிலா அங்கே போனா...”, சுபா.

“ஏங்கே போனா.. நான் அவளைக் கூப்பிடக் கூட இல்லையே”, ரூபன்.

“அவள் அங்கே தான் இருப்பாள்... காட்டுக்குள்ள... நீ போ... நான் ஜெனி அழுவுறாள்... போய் பார்க்குறேன்”, என்றவள் சென்றுவிட...

ரூபன் அங்கு சென்றான்..

அந்த இடத்தில் முணங்கள் சத்தம் கேட்கத் தொடங்க... “யாரு” என்று அவன் குரல் கொடுக்க... கொலுசு சத்தம் கேட்ட்து...

ரூபன் இன்னும் உள்ளே சென்று பார்க்க.. யாரோ ஒருவன் ஒரு பெண்ணை பலவந்தப் படுத்துகிறான் என அந்த இருட்டில் அறிந்தவன் வேகமாக சென்று அவனை அடித்து நொறுக்க... அவன் பல அடி உதை வாங்கி கடைசியில் விழுந்து அடித்துத்

தப்பிவிட்டான்... அந்தப் பெண் அழுது கொண்டு இருக்கின்றாள் என விசுமபல் சத்தம் வைத்து அறிந்தவன் தனது மொபைலில் டார்ச் ஆன் செய்து பார்த்தவன் பாய்ந்து அவளது மேனியில் தனது சட்டையினைக் கழட்டிப் போட்டவன் காற்றுப் புகாதவாறு அவளை அணைத்துக் கொண்டான் அவன் விழிநீர் கன்னத்தில் வழிந்து கொண்டு இருந்தது.... “யாழி... யாழி... உனக்கு ஒன்னும் இல்லை... நான் தான் ”, என்று அவலை ஆசுவாசப் படுத்திக் கொண்டு இருக்க... தன்னவன் தான் தன்னருகில் இருக்கிறான் என எண்ணியவள்... அவனை அணைத்து அழுது தீர்த்தாள்... அவள் அழுது முடிக்கும் வரை பொறுமையாக இருந்தவன் அதன் பின் அவளை யாரும் அறியா வண்ணம் வீட்டினுள் அழைத்துச் சென்று உடை மார்றி வீட்டினில் விட அழைத்துச் சென்றான். கனி அப்பொழுதான் நிலாவைக் காணாது தேடி பின் அவளே ரூபனின் ஆளிடம் சொல்லி வீட்டினை அடைந்தவளுக்கு அதிர்ச்சி.. நிலா வீட்டினில் தூங்கிக் கொண்டு இருந்தாள்... அதனைக் கண்டவள் கந்தனை பார்க்கச் சென்றால்... அவன் தலையில் கட்டுடன் வலியில் முன்ங்க்கிக் கொண்டு படுத்து இருக்க...

“எவனோ பாவி திருடுனதுக்கு தப்பா இவனைப் போட்டு அடிச்சிட்டாங்க கனி:, கனகா.

“ஓ சரிம்மா.. தூக்கம் வருது. நான் தூங்குறேன்”, என்றவளுக்குத் தெரியும் இது யாரின் வேலை என்று....

இரவே சுபா பரீத் எல்லோரும் வீட்டிற்குச் சென்று இருக்க.. நிலா தன் காதலை இன்று தான் சொல்ல முடிவு எடுத்து இருந்தால்.. சுபா சொன்ன ஒரு வாரத்தின் கடைசி நாள்.... தன் காதலினை வெளிப்படுத்த ரூபன் அறைக்குச் செல்ல... அவன் அவளினைக் கண்டு கொள்ளவே இல்லை..

“பாஸ்,,, உங்க கிட்ட ஒன்னு சொல்லனும்... ”, நிலா...

“ம்ம்ம் சீக்கிரம் சொல்லு... எனக்கு வேலை இருக்கு”, ரூபன்.

“அது... அது... எனக்கு உங்களைப் பிடிச்சிருக்கு பாஸ்... என்னைக் கலயாணம் செய்துப்பீங்களா...”, நிலா.

“குட் ஜோக்.. போய் வேலை இருந்தா பாரு”, ரூபன்.

“பாஸ் நான் சீரியச் ஆ சொல்றேன்.. என்னை நீங்களும் விரும்புறீங்க தான்”, நிலா.

“அப்படி எதுவும் இல்லை... என்ன டென்சன் பன்னாம போ”, ரூபன்.

“இல்லை.. நீங்க எங்கிட்டப் பொய் சொல்றீங்க...”, என்று கலங்கிய விழிகளினை மறைத்துக் கொண்டு கூற... பொறுமை இழந்தவன்...

“உனக்கு என்னத்
தகுதி இருக்குன்னு என்னை விரும்புறேன்னு சொல்ற...
காதலாம் காதல் கத்திரிக்காய் காதல்.
ஒரு வசதியானப் பையன் கிடைத்தால் காதலென்று பொய் சொல்லிவிட்டு வந்துடறது. நான் உன்னை அந்த அர்த்தத்தில் பார்த்ததே இல்லை. சரி ஒத்துக்குறேன். உனக்கு முத்தம் கொடுத்தேன் தான். ஆனால் காதலால் கொடுத்தேனென்று நீ நினைத்துக் கொண்டாள் அதுக்கு நான் எப்படிக் காரணமாவேன். உன் கற்பு ஒன்றும் பரி போகலையே. இதுவரை உன்னிடம் நான் காதல் பற்றி ஒரு வார்த்தை கூடச் சொன்னது இல்லையே. உன்னைக் காதலிக்க நான் என்ன முட்டாளா. எனக்கு இருக்க வசதிக்கு
ஆயிரம் பொண்ணுங்க கிடைப்பாங்க. அப்படி இருக்க உன்னை நான் எப்படிக் காதலிப்பேன்னு நினைக்கலாம். கல்லூரிக்குப்
போய் படித்து ஒழுங்கா வீட்டில் சொல்றவனப் பார்த்துக் கல்யாணம் செய்து வாழப் பார். இனி என் கண் முன்னாடி வராத சொல்லிட்டேன் ” என்று எரிமலையின் குழம்பு தனது தேகத்தில் தாக்கும் தீப்பிழம்பினால் ஏற்படும் வலியினை விடக் கொடுமையான வார்த்தைகளால் நிலாவினை வதைத்துக் கொண்டு இருந்தான் ரூபன்

நிலாவிற்கு இவ்வுலகமே இருண்டது. தான் அதள பாதாளத்தில் சிக்கிக் கொண்ட நிலையில் நின்று இருந்தாள். அவளால் அந்த இடத்தில் நிற்கக் கூட முடியவில்லை. அவள் நிற்க முடியாமல்

மயங்கும் நிலைக்குச் செல்ல கீழே விழ இருந்தாள். அப்படியும் ரூபன் அசைந்தானில்லை. அவளுக்கு மங்கலான ஒளியாய் அவன் திருமுகம் கண்டாள். மருந்திற்கும் அவன் கண்களில் காதல் இல்லை. தான் காதல் பொய்த்துப் போனதே. அதுவும் தன் காதலை இப்படிக் கொச்சைப் படுத்தி விட்டானே என்று நினைத்தவள் மறுநொடி தரையில் விழ மல்லிகா வந்து அவளைத் தாங்கிக் கொண்டார்.

மல்லிகா அவளைத் தாங்கியவர் அவனிடம் விவரம் கேட்க... அவன் அனைத்து உண்மைகளையும் கூற அவருக்கும் அது சரி எனவே பட்டது..

அவருக்கும் இந்தக் குடும்பம் பற்றி முழுவதும் தெரியுமே... ஒரு பெண் வாழ்வு நல்லதாக அமைய அவரும் நினைக்க... ரூபன் அவளினை கைகளில் ஏந்தியவன் மல்லிகாவின் அறைக்குச் சென்று அவளைக் கிடத்திவிட்டு தோட்டம் சென்றான்.. மழை வருவதனைக் கூடக் கவனிக்காது நனைந்தவன் பல மணி நேரம் கழித்து உள்ளே வந்தவன் அப்படியே படுத்துக் கொள்ள... நிலா வீட்டிற்குச் சென்றுவிட்டாள். அப்படியே படுத்தவனுக்கு ஜுரம் வர..அடுத்த நாளே அதனை அறிந்த மல்லிகா நிலாவிற்குத் தெரிவிக்க ஆள் அனுப்ப.. அவளும் வந்து அவனைப் பார்க்க... இன்று நிலாவின் மடியில் மாத்திரையின் விளைவால் அயர்ந்து தூங்கிக் கொண்டு இருந்தான்.

நினைவில் இருந்து வெளி வந்தாள் நிலா.......... மல்லிகா அதற்கு மேல் மறைக்க வேண்டாம் என்று நிலாவிடம் அனைத்தினையும் கூறிவிட நிலாவிற்கு ரூபனின் மனம் புரிந்தது... அவளும் வலியில் அவன் முகம் கோதிக் கொண்டே அவனின் அருகில் தூங்கி விட்டாள்.

மாலை வேளை... அவள் வீட்டிலிருந்து அவளுக்குத் தகவல் வந்தது... உடனே வரும்படி... இவளும் என்ன என யோசித்துக்

கொண்டே வந்தவள்... வீட்டின் முன் கூட்டம் பல நிரம்பி இருக்க... உள்ளே செல்ல... அங்குக் கண்ட காட்சியில் அவளின் உடலே அதிர்ந்தது...

அவளின் தந்தை உடல் நடு கூடத்தில் வைக்கப் பட்டு இருக்க... சுற்றிலும் அழுது கொண்டு இருந்தனர்... அவள் பிரம்மை பிடித்த்வள் போன்று இருந்தவள்... கண்ணீர் மட்டும் அருவியாய் ஓட.... வாய் திறக்கவில்லை... திடீரென மாரடைப்பு என்பதால் மணி உயிரினை விட,... அடுத்த நாளே கந்தன் நிலாவினை கல்யாணம் செய்து கொள்வேன் என்று நிற்க... இது எந்த பிறவி என்று நிலா நினைக்க...

"உனக்கு என்ன டி கல்யாணம் பன்னிக்க.. உனக்கு பணக்காரன் கேட்குதா... எல்லாம் கனி சொன்னா.. மறியாதையா என் தம்பியக் கட்டிக்க..இல்லை உன்னை கொன்னு கூடப் போட்டுடுவேன்", என்று கனகா நிலாவின் முடியினப் பற்றிக் கொண்டு கேட்க...

நிலா கனகாவின் பேச்சில் அதிர்ந்தவள் அவலைத் தள்ளிவிட்டு செல்ல கந்தன் அவளின் சுடி சாலினை இழுக்க.. அவனிடம் தப்பி வீட்டின் வெளியில் வந்து ஓடினாள்... கையில் தாலி வைத்துக் கொண்டு கந்தன் அவளினைத் துறத்த... சத்தம் கேட்க ஓடிக் கொண்டு இருந்த நிலா திரும்பிப் பார்க்க ரூபன் தான் கந்தனை அறைந்திருந்தான். அவனைக் கண்டதும் கந்தன் கனக பின் சென்று நின்று கொள்ள....

"நீ தான் அவனா,....அறிவில்லை... இப்படி ரெண்டு பேரும் ஒரே வீட்டில் கூத்தடிச்சிகிட்டு இருந்து இருக்கீங்க... சீ... உங்களை எல்லாம் பார்த்தாலே கேவலம்", என்று கனகா கூற... நிலா ரூபனின் பின் வந்தவள் "போகலாம்", என்று அவன் கையினைப் பற்றிக் கொண்டு அழுது கொண்டே கூற... ஊர் முழுவதும் நிலாவினையும் ரூபனையும் கேவலமாகப் பார்க்க... அந்த இடத்தில் நிலாவிற்கு நிற்கவே கூசியது...

இருவரும் பரீத் இருக்கும் ஊருக்கு வந்து சேர்ந்தனர். ரூபனும் வந்து சேர ஆர்மி செல்லும் நாள் அடுத்த நாளே... சுபாவும்

பரீத்தும் என்னதான் தைரியம் சொன்னாலும் நிலாவின் முகம் கலை இல்லாமல் தான் இருந்தது... இரவில் ரூபன் நிலாவின் அருகில் அமர்ந்து இருந்தான்...

"அடுத்த லீவுக்கு வந்ததும் கல்யாணம் பன்னிக்கலாம் யாழி... அப்புறம் இங்கவே வீடு இருக்கு... இங்கயே நம்ம் இருப்போம். உனக்கு அங்கே போக இனி விருப்பம் இல்லைனு எனக்குப் புரியுது", ரூபன்.

"ஏங்க என்னை விட்டு போயே ஆகனுமா", நிலா.

"ஆமா கண்டிப்பா... நான் எதுக்கும் என் சேவைய விட்டுக் கோடுக்க மாட்டேன்", ரூபன்.

"என் முகம் பார்க்காமல் நீங்க இருந்துடுவீங்களா", நிலா.

"நான் பொய் சொல்ல விரும்பல யாழி.... என்னால அங்கே இருக்க முடியும்.... உங்கிட்ட பொய் சொல்ல விரும்பல", ரூபன்.

"எனக்காகக் கூட சொல்ல மாட்டீஙகளா", நிலா.

"பொய் சொல்ல மாட்டேன்", ரூபன்.

"இப்போ தான் பொய் சொல்றீங்க", நிலா.

"என்னடி சொல்ற", ரூபன்.

"ஆமா.. என்னை காதலிக்கவே இல்லைனு பக்கம் பக்கமா பொய் சொன்னீங்க தான... பொய் சொல்லவே இல்லைனு பொய் சொல்றீங்க", என்று நிலா கூற... அதன் பின் அவள் இதழ் அவனின் இதழிலிருந்துத் திறக்க முடியாது போனது... ரூபனால்....

வீடு வேண்டும் காசு வேண்டும் என்றால் கனியை எனக்குக் கட்டி வை.. இல்லனா.. நீங்க எங்கயோ போங்க என்று கந்தன்,

கனகாவிடம் கூறி விட வேறு வழியின்றி நிலாவினை சபித்துக் கொண்டே கனி கந்தனுக்குக் கழுத்தினை நீட்டினாள்.....

****

அவளின் முகத்தில் நீரினைத் தெளித்து எழுப்பிவிட... அவள் கண் திறந்தாள். அர்ஜுன் அவளினை என்னவெனக் கேட்க... அவள் மூச்சு வாங்கிப் பின்,

“இங்கே இரண்டு பேர் இருக்காங்க அர்ஜுன். நான் கெவின் உள்ளே வரவும் அவனைப் பிடிக்க ஓடி வந்தேன். கெவினும் என் கண் முன்னாடியே தான் ஓடி வந்தான். ரொம்ப நேரம் ஓடிகிட்டே இருக்க அப்புறம் அவனைக் காணோம். அவனைத் தேடியே உள்ளே வந்துட்டு இருக்க... கெவின் கத்துற சத்தம். அந்த சத்தம் வந்தப் பக்கம் போனேன்...”

****

மித்ரா கெவின் கத்தும் சத்தம் கேட்டு அந்த இடம் செல்ல... இரு ஆண்களின் சத்தம்... அவளுக்கு அந்தக் குரல் கேட்டுத் தனது குரலைத் தாழ்த்திக் கொண்டாள்..... அருகில் இருந்து மறைவாக பார்க்க... இரு ஆண்கள் கெவினைக் கையில் பிடித்த வண்ணம் சிரித்துக் கொண்டு இருந்தனர். அவர்கள் மிகவும் அகோரமாக உடல் நன்றாகப் பருத்துப் பார்க்க பெரிய மனித மிருகம் போன்று தான் இருந்தனர். பற்கள் முழுவதும் கரையாய்.. முடிகள் நீண்டு மேனி வெளுத்து.. எனக் காட்சி அளிக்க...

மித்ரா பயந்துதான் விட்டாள்... அவர்கள் இருவரும் பேசிய மொழி அவளுக்குச் சுத்தமாக விளங்கவில்லை. இருப்பினும் அவள் அவர்கள் பின்னே செல்ல... அவர்களுக்கு சந்தேகம் வந்ததோ என்னவோ திரும்பி பார்த்தனர். மித்ரா மறைந்து கொள்ள,.. அவர்கள் ஒரு இடத்தில் அமர்ந்து கெவினை கழுத்தில் வெட்டிவிட... அவள் கெவின் என்றுக் கத்திவிட்டாள். அவள் கத்தவும் சத்தம் வந்த திசையில் பார்த்த ஒருவன் அவளைக் கண்டுவிட்டான்.

அவள் எவ்வளவு தூரம் ஓடியும் அவளைப் பிடித்தவன் அவளை இழுத்துக் கொண்டு செல்ல... அவனின் கையில் கடித்தவள் அவன் தன்னை விட்டதும் செல்லத் திரும்ப அவளின் பின்னிருந்த மற்றொருவன் அவளின் கன்னத்தில் ஓங்கி அறைந்து அவளினை கீழே தள்ள... அதன் பின் இருவரும் வடக்கு நோக்கி அவளை அழைத்து செல்ல... கண் விழிக்க ஒருவனின் தோளில் இருந்தால் மித்ரா. அவளுக்கு நடக்கும் எதுவும் விளங்கவில்லை. ஆனால் அவர்கள் பார்க்க அகோரமாக இருப்பதைக் கொண்டு தன்னை என்ன செய்யப் போகிறார்கள் என்ற பயத்தில் அவனின் இடையில் இருந்த கத்தியினை உருவி அவனது கழுத்தில் கீற.. அவன் அவளைத் தொப்பென்று கீழே போட்டான். இன்னொருவன் அவளின் அருகில் நெருங்கி அவளின் இடையில் அவன் வைத்திருந்தக் கத்தியினால் குத்த.. அவளால் அதனைத் தாங்க முடியாமல் கோபத்தில் அவனின் நெஞ்சில் கத்தியினை இறக்க.. அவனும் ஒரு நொடி தாமதிக்க அவள் இடையினைப் பிடித்த வண்ணம் அந்த இடத்தில் இருந்து ஓட ஆரம்பித்தாள்... வெகு தூரம் ஓடியவள் அவர்களினைத் திரும்பிக் கூடப் பார்க்கவில்லை. அவள் வந்து நின்ற இடம் ஒரு மரத்தின் அடியில்... மூச்சு வாங்கி நிற்க எதோ சத்தம்.. நிமிர்ந்து பார்க்க... புலி ஒன்று அவள் முன் நிற்க அவளுக்கு சக்தி எல்லாம் வடிந்தது.. தன் உயிர் அவ்வளவுதான் என்று நினைக்க....புலி அவளை நெருங்கும் சமயம்.. அதற்குள் அவள் மரத்தில் ஏறிவிட.. புலி அவளைப் பார்த்த வண்ணமே அந்த இடத்தில் பல மணி நேரம் இருந்தது....

****

நடந்த அனைத்தையும் மித்ரா கூற அவளின் வேதனையினை உணர்ந்தவன் அவளினை இறுக அணைத்துக் கொண்டான்.

இருவரும் பிரியும் சமயம் தான் அர்ஜுனுக்கு மிட்டுவின் நியாபகம் வர... அவன் மிட்டு மிட்டு எனக் கத்த... அவன் தனக்காக தான் புலியினை திசை திருப்பி உள்ளான் என அறிந்தவன் மிட்டு மிட்டு என நிழத்தில் விழுந்துக் கதறினான்... மித்ராவுக்கு அடுத்து அவன் கண்ணீர் சிந்தும் நபர் மிட்டு... மிட்டுவினைப் பற்றி மித்ராவிடம் கூற அவளும் மிட்டு மிட்டு எனக் கத்திக் கொண்டு தேட... அர்ஜுன் பின்னிருந்து யரோ தொட... அதனை உணர்ந்தவன் திரும்பி அவனை காற்று கூடப் புகாத்வாறு அனைத்துக் கொண்டான். விழிகளில் இருந்துக் கண்ணீர் மட்டும் சிந்திக் கொண்டு இருந்தது. அவனின் நிலையினை உணர்ந்த மிட்டு அவனை அணைத்த வண்ண்மே...

“மாம்ஸ்... நான் அக்கா இல்லை. இப்படிக் கட்டி பிடிச்சி இருக்கிங்க... அக்கா பாவம். எப்படி தான் உங்க கிட்ட இருக்கப் போறாங்களோ.. உங்க பிடி இரும்புப் பிடியால இருக்கு”, மிட்டு.

“அவனை விட்டு விலகியவன் அவன் தலையில் அடிக்க...

“யோவ் மீசை என்னை தலையில் அடிச்ச கோவம் வரும்”, மிட்டு.

திரும்ப தலையில் அடிக்க அர்ஜுன் வர அவனைத் தன் புறம் இழுத்த மித்ரா... “நீயும் மீசைனு தான் கூப்பிடுவியாடா”.

அர்ஜுன் மித்ராவினை முறைக்க... “நீங்களுமா அக்கா... வாவ். சேம் பின்ச்”, மிட்டு.

அதன் பின் நடந்த அனைத்தையும் அர்ஜுன் மிட்டுவிடம் கூற... மூவரும் வந்த திசையில் திரும்பிக் கொண்டு இருந்தனர். இரவு நெருங்கிய நேரம் ஆனதால்... நிலவின் ஒளி மட்டுமே வெளிச்சமாக இருக்க...மேப்பில் இருக்கும் ஓடையினை அடைந்து அதிலிருந்து திரும்பிக் கொண்டு இருக்க... அவர்கள் பின் மண்டையில் விழுந்த பயங்கர அடியில் மிட்டு மற்றும்

அர்ஜுன் இருவரும் மயங்க... அவர்களினைத் திரும்பிப் பார்த்த மித்ராவின் தலையில் பெரிய இடி போன்ற அடி இரும்பினால் அடிக்கப் பட அவளும் மயங்கி விழுந்தாள்.

****

ஈஸ்வர் தன்னால் ஒன்றும் செய்ய முடியாத கையாலாகாத நிலையினை நினைத்து வருந்திக் கொண்டு இருந்தார். அவருக்கு நானியின் நண்பன் மூலம் கிடைத்த கடிதத்தின் செய்தி மூலம் ஒன்றும் புரியாவிட்டாலும் நானியின் நண்பன் மூலம் அவர்கள் காட்டினுள் சென்று இருக்க வாய்ப்புள்ளது என அறிந்தவர்... பயத்தின் உச்சியில் இருந்தார். அவருக்கு மித்ராவிற்கு என்ன ஆனது என்ற வருத்தம் ஒரு புறம்... வர்மன் அர்ஜுன் அவ்விடம் சென்றது ஒரு புறம்.. தன்னையும் எதுவும் செய்யக் கூடாது என்று கூறியது ஒரு புறம்... இப்படி அவருக்கு மனம் அதிவேகத்தில் துடித்துக் கொண்டு இருந்தது. அவரின் உடல் நிலை சரியில்லை என்பதனை உணர்ந்த டாக்டர் அவரை அழைத்து பரிசோதனை செய்தார்... ஈஸ்வருக்கு மாத்திரை கொடுத்துத் தூங்க வைத்துக் கொண்டே இருந்தார்...

நானியும் வர்மனும் அர்ஜுனையும் மிட்டுவினையும் தேடிக் கொண்டு செல்ல..... அவர்களுக்கு வழியில் மித்ராவின் துணி கிழிந்து கிடப்பது கண்ணில் பட... அந்தத்திசையில் செல்லத் தொடங்கினர். ஒருவாறு அந்த திசையில் செல்லத் தொடங்க அவர்களுக்கு நம்பிக்கை கிடைத்தது. மித்ராவினை அர்ஜுனும் மிட்டுவும் கண்டிருப்பர் என...

"நானி மித்ராவ பார்த்திருந்தா இப்போ இங்கே வந்திருப்பாங்கல... அவங்களை இன்னும் கணோம்!.. எனக்கு கொஞ்சம் சந்தேகமா இருக்கு", வர்மன்.

"எனக்கும் அதே சந்தேகம் தான் இருக்கு... வர்மா.. அங்கே அந்த ஓடை கரை பக்கம் டார்ச் அடி... கால் தடம் இருக்கு பாரு..", நானி.

வர்மன் டார்ச் அடித்த இடத்தினில் கால் தடங்கள் இருந்தது. "ஓடையினைக் கடந்து சென்றது போன்ற கால் தடம் மூன்று ஜோடி... அப்படியானால் மித்ராவினை சந்தித்திருக்கின்றனர். ஆனால் அவர்கள் நம்மை சந்தித்து இருக்க வேண்டுமே... நாம் அவர்களினைப் பார்க்கவே இல்லையே", வர்மன்.

"வர்மா... இந்த ஓடை பக்கம் முழுவதும் திரும்பிப் போன கால் தடம் இருக்கா பாரு... அதாவது இப்போ போன மாதிரி... ரொம்ப நேரம் ஆகி இருந்த அந்த இடம் காஞ்சு இருக்கும். இப்போ அப்படின்னா ஈரமா இருக்கும். ஈரமான கால்தடம் இருக்கா பாரு", நானி.

வர்மன் அப்படி எதுவும் இருக்கா எனப் பார்த்துக் கொண்டு இருக்க... அவனின் கண்ணில் மிகப் பெரிய இரண்டு ஜோடி கால்தடம் பதிந்தது. அவனுக்கு அந்த கால்தடம் அர்ஜுனுடையதாகவும் மிட்டு உடையதாகவும் இருக்க வாய்ப்பில்லை என்று தன்ற.. நானியும் அதனையே கூற...

வர்மன் யோசனையில் மூழ்க...

நானி பயத்தில் இருந்தார். அவருக்கு என்றோ படித்த ஆர்ட்டிக்கில் நியாபகம் வந்தது. அது உண்மையாக இருக்கும் என்று அவர் கனவிலும் நினைத்தது இல்லை. அந்த அதிர்ச்சியில் அப்படியே நிலத்தில் அதிர்ந்து சரிந்தார். வர்மன் அவரின் அந்த நிலையினைக் கண்டு அவரின் அருகில் வந்துக் காரணம் கேட்டான்.

****

கண் திறந்த மிட்டு என்ன நடக்கின்றது என்பதனை அறிய பல நொடிகள் கடந்தது. மிகவும் கடினப் பட்டு கண் திறக்க.. அவன் அருகில் அர்ஜுன் மற்றும் மித்ரா இருக்க... தன்னை நிதானத்திற்கு கொண்டு வந்தவன் அவர்கள் அருகில் தவழ்ந்து கொண்டே சென்றான். அவனுக்கு அந்த இடத்தில் ஒரு சிறிய ஒளி விளக்கின் வெளிச்சம் மட்டுமே இருக்க தெளிவாகக் காண முடியவில்லை. இருப்பினும் போராடி அவர்களினைத்

தட்டி எழுப்ப முதலில் தெளிந்த அர்ஜுன் மித்ராவினையும் எழுப்ப... அவளும் சில முனங்கள் உடன் கண் விழித்தாள்.

அந்த இடத்தில் ஒருத்தரும் இல்லை. அவர்கள் தன்னைத் தெளிவு படுத்தி மெதுவாக தள்ளாடியபடி எழுந்து விளக்கினை எடுத்துக் கொண்டு சுர்றிலும் பார்த்தனர். அது முழுவதும் அடைக்கப்பட்ட குகை போன்று இருக்க.. வெளியில் செல்ல வழி இருக்கா என பார்க்க... அப்படி ஒன்றும் இருப்பது போன்று தெரியவில்லை. குகை உள்ளேயே மூவரும் நடக்கத் தொடங்கினர். மித்ரா மிட்டு இருவரும் அர்ஜுனின் இரு கரங்களினைப் பிடித்துக் கொண்டு இருக்க... அர்ஜுன் அவர்களினைக் காக்கும் அரணாக முன்னே சென்று கொண்டு இருந்தான். அவர்களுக்கு அங்கு தெரிந்தவை... ஒரு இருட்டான நீண்ட குகை.. குகையில் யாரும் வாழ்வதற்கு அடையாளமாய் ஒன்றும் இல்லை. அவர்கள் வைத்து இருந்த விளக்கு தான் அங்கு வெளிச்சம் கொடுத்துக் கொண்டு இருந்தது. அர்ஜுனும் மிட்டுவும் அவர்கள் கொண்டு வந்த பையினைத் தேட அதையும் காணவில்லை. குகை உள்ளேயே செல்லத் தொடங்கினர்.

குகைக்குள் செல்ல செல்ல வழி நீண்டு கொண்டுதான் சென்றதே தவிர... வெளியில் செல்வதற்கான வழி தெரியவில்லை. அருகில் யாரோ வருவது போன்று சத்தம் கேட்க... என்ன செய்வது என அவர்களுக்கு ஒன்றும் புரியவில்லை... குகை நீண்டதுதானே தவிர... இருவர் தாராளமாய் செல்லும் படி தான் இருக்க... அவர்கள் தன்னை நெருங்கினால் எப்படியும் தான் மாட்டிக் கொள்வோம் என உணர்ந்த அர்ஜுன் இருவரினையும் கூட்டிக் கொண்டு அவர்கள் முதலில் கிடந்த இடத்திற்கே அழைத்துச் சென்றான். வேகமாக விளக்கினை இருந்த இடத்தில் வைத்துவிட்டு அவரவர் இருந்த இடத்தில் மயக்க நிலையில் கிடப்பது போன்று படுத்துக் கொள்ள அந்த நொடியில் இருவர் வந்து சேர்ந்தனர். அர்ஜுன் அவர்களினை ஓரக் கண்ணில் பார்க்க... தன்னை தூக்கி வந்த இருவரில் ஒருவன் மட்டும் இங்கு இருக்க இன்னொருவனைக் காணவில்லை. இங்கு இருக்கும்

மற்றொருவன் வேறு என்பதனை உணர்ந்து கொண்டான். அவனும் அதே அகோரமான நிலையில் தான் இருந்தான்...

இருவரும் தாங்கள் கொண்டு வந்திருந்த பையினை வைத்துவிட்டு மேலே இருந்த இட்த்தினை தட்ட அது அதிர்ந்தது.

இருவரும் அவர்கள் மொழியில் பேசிக் கொள்ள அர்ஜுனுக்கும் அம்மொழி என்னவென விளங்கவில்லை. இருப்பினும் அவர்களுக்குத் தமிழ் தெரியும் என்பதனை அவர்களில் ஒருவனுக்கு வந்த போன் காலில் அவனுரைத்த பதிலில் அறிந்து கொண்டனர்.

அவர்களுக்குத் தமிழ் சரியாக வராவிட்டாலும் அர்ஜுனுக்குப் புரியும்படி தான் இருந்தது.

"உண்டே. அழிக்க. முடிந்தது. இல்லை. இப்போ. ப்ரச்சினை இல்லை. நீங்கள் வர வேண்டாம்" இப்படி அவர்கள் பேசிய தமிழில் சில சில வார்த்தைகளே அர்ஜுனுக்கு விளங்கியது...

அதனைக் கேட்டுக் கொண்டு இருந்த அர்ஜுன் என்ன செய்வது என யோசிக்கும் முன் மிட்டு எழுந்து தூரம் ஓட.... அர்ஜுனுக்கு விளங்கியது அவர்களினை திசை திருப்பத் தான் என்று... அவர்கள் இருவரும் மிட்டு சென்ற திசையில் ஓட.... அர்ஜுன் விரைவாக மித்ராவினை அழைத்து அந்தப் பையினை எடுத்து தேடத் தொடங்கினான். அவன் கையில் சிறியத் துப்பாக்கி கிடைக்க.. அதனைப் பார்த்ததும் அதன் தன்மையினை அறிந்து கொண்டான். அவனுக்குத் தெரியாத துப்பாக்கியா.. ஆனால் இது எப்படி இவர்கள் கையில்... அதுவும் இது போன்று வெளியில் கிடைக்கும் ரகமும் அல்லவே என நினைத்த அர்ஜுன் யோசனையில் இருக்க மித்ரா வந்து அவனை தொட.. அதன்பின் சற்றும் யோசிக்காமல் மிட்டு ஓடிய திசையில் ஓடத் தொடங்கினான் அர்ஜுன் மித்ராவினை அழைத்துக் கொண்டு... இருவரும் ஓட அங்கு மிட்டு இருவரின் பிடியில் அடி வாங்கிக் கொண்டு இருக்க... மிட்டுவின் பின்புறம் நின்று கொண்டிருந்தவன் தோளில் அர்ஜுன் குறி பார்த்துச் சுட.. அவன் திரும்பி வரத் தொடங்க.... அவனது முட்டியில் சுட்டான்

அர்ஜுன். அவன் அவனை குறி வைத்து சுடும் நேரத்திற்குள் மற்றவன் அர்ஜுனிடம் வந்துவிட்டிருக்க அர்ஜுன் அவனை குறி வைக்க அதற்குள் அர்ஜுனின் கரத்தில் இருக்கும் துப்பாக்கியினை அவன் தட்டி விட்டிருந்தான். மிட்டுவிற்கு அருகில் இருந்தவன் தலையில் தன் கையே தனக்கு உதவி என்பது போல மிட்டு தன வேலையினைக் காட்டத் தொடங்க... மித்ராவும் மிட்டுவிடம் சென்று அவனை வெளுத்துக் கொண்டு இருக்க... அர்ஜுனுக்கும் மற்றொருவனுக்கும் கைப் போர் நடந்தது... இருவரும் உருண்டு விழுந்து சண்டை போட... அந்த இடத்தில் அப்பொழுதுதான் அர்ஜுன் கவனித்தான். குகை முழுவதும் இருட்டு ஆயினும் அவர்கள் வைத்திருந்த விளக்கின் ஒளியில் மேலே ட்ரைன் போன்று ஒன்று செல்ல.. அது நீண்டு சென்று கொண்டே இருந்தது... ஒருவர் மட்டுமே செல்லும்படி அதுவும் குனிந்து அமர்ந்து கொண்டே...அதன் மேல் ஏறிய அர்ஜுன் குனிந்து அதனில் ஓடத் தொடங்க,.... அவனுடன் சண்டையிட்டுக் கொண்டு இருந்தவன் அவனை நோக்கி வருமாறு தன்னிடம் இருந்த போனில் பட்டனை அழுத்த அர்ஜுன் என்னதான் ஓடினாலும் அவனிடம் வந்து சேர... அர்ஜுன் மித்ராவிடமும் மிட்டுவிடமும் “இங்கே இருந்து முதல்ல போங்க... நான் எப்படியாவது தப்பிச்சு வரேன். சீகிரம் போங்க... சொல்றதக் கேளுங்க”, எனக் கூறிக் கொண்டு இருக்க...

மித்ரா மாட்டேன் என்பது போல் தலையினை அசைத்துக் கொண்டு கண்களில் கண்ணீர் வழிய நின்று இருக்க... அர்ஜுன் அவனின் கரங்க்களில் சிக்கி இருந்தான். அவனும் என்ன்வோ போராடி... அவனின் கரத்தினைக் கைகளில் கட்டிக் கொண்டு அவர்களினை விரட்ட... மித்ராவும் அவனருகில் வந்து அர்ஜுனுக்கு உதவ முன்வர... மிட்டு இன்னொருவனின் கரங்களினை அவனுடைய சட்டையினையே கழட்டி கட்ட.... பின் மூவரும் முடிந்தவரை இன்னொருவனை அடக்கிக் கொண்டு இருக்க... சிறிது நொடிகள் கடந்த பின் மிட்டுவுக்குத் தன்னை யாரோ இழுப்பது போன்று உணர்ந்தான். நொடியில் அவனை இழுத்து தூரத்தில் வீச... மித்ராவும் இன்னொரு பக்கம் வீசப் பட்டாள். நாம் அவனை கட்டி அல்லவா வைத்தோம்

என்று மிட்டு யோசிக்க... அவனை சுட்டும் சாகவில்லை என மித்ரா யோசிக்க... அர்ஜுனை தாக்கிக் கொண்டு இருந்தான் அவன். இருவரும் சுயநினைவினை அடைந்தவர்கள் அர்ஜுனை காப்பாற்றச் செல்ல... அர்ஜுன் இருவரிடமும் போராடிக் கொண்டு இருந்தான்.

“மிட்டு. நான் சொல்றத கேளு. மித்துவ கூட்டிட்டு சீக்கிரம் இங்கே இருந்து போ. மித்ரா என் மேல் சத்தியம் இங்கே இருந்து போங்க..”,அர்ஜுன்.

“வாங்க அக்கா. அண்ணனுக்கு ஒன்னும் ஆகாது. நம்ம வர்மன் அண்ணாவத் தேடிக் கூட்டி வருவோம்”, மிட்டு.

“முடியாது... என்னால உன்னை விட்டுப் போக முடியாது அர்ஜுன்.... நீ இல்லாம நான் போக மாட்டேன்”, மித்ராவினை மிட்டு இழுத்துக் கொண்டே செல்ல கதறிக் கொண்டே சென்றாள்.

“மிட்டுவும் மித்ராவும் சிறிது தூரம் வந்திருக்க... அர்ஜுனின் கதறல் சத்தம் கேட்டு அதிர்ந்த மித்ரா அதற்கு மேல் முடியாது மிட்டுவின் கைகளினை உதறியவள் அர்ஜுனைத் தேடி அதே இட்த்திற்கு வந்து கொண்டு இருந்தாள். இருவரும் இருட்டில் தான் முட்டி மோதி ஓடிக் கொண்டு இருந்தனர். இருப்பினும் மித்ரா வெளிச்சம் இருந்த இட்த்திற்கு ஓடி வந்து கொண்டு இருக்க...

அந்த மிருகங்கள் இருவரும் அர்ஜுனின் இரு கரங்களினையும் பிடித்துக் கொண்டு திருப்பிக் கொண்டு இருக்க அர்ஜுனுக்கு வேதனையில் கத்திக் கொண்டு இருக்க அதனைக் கண்ட மித்ரா அவனை நெருங்க... அவர்கள் நின்ற இடத்திற்கு பின்னிருந்து துப்பாக்கிச் சத்தம் கேட்க... இருவரும் திரும்பிய நொடி அந்த மனித மிருகங்கள் இருவரின் நெற்றியிலும் இரண்டு தோட்டாக்கள் பாய்ந்து வெளியில் சென்றது. இருவரும் அப்படியே நிலத்தில் சரிந்து விழுந்தனர். அதுவரை வலியில் துடித்த அர்ஜுனும் துப்பாக்கி சத்தம் கேட்க அதிர்ச்சியில் தான் திரும்பினான். மித்ரா இருவரும் நிலத்தில்

சரிந்து விழ உடனே அர்ஜுனை அணைத்துக் கொண்டு "அர்ஜுன்.. அர்ஜுன்... ", என்று கதறினாள். மிட்டுவும் அந்த இடம் வந்து சேர்ந்தான்.

அர்ஜுன் அவளினைப் பிடித்துத் தாங்கியவாறு தோட்டா வந்த திசையில் நோக்க வர்மனும் நானியும் தான் அங்கு இருந்தனர்.

மிட்டு ஓடிச் சென்று நானியை கட்டிக் கொண்டு "நானி நல்ல நேரம் நீங்க வந்தீங்க.. இல்லனா என்ன ஆகுறது", என்று கூற வர்மன் மித்ராவிடம் சென்றவன் மித்ராவின் தலையில் கோதிக் கொண்டு அர்ஜுனை தன் கரம் கொண்டு தோளில் சாய்த்தவாறு கீழே அமர்ந்து கொண்டான். மித்ராவும் அங்கு அமர... மிட்டுவும் நானியும் அங்கு உட்கார்ந்து கொண்டனர். பின் மித்ராவினைச் சந்தித்தது முதல் மித்ராவுக்கு நடந்தது, இங்கு இவர்களிடம் மாட்டிக் கொண்டது என அனைத்தினையும் மிட்டு இருவரிடமும் கூற... நானி வர்மனிடம் கூறிய ஆர்ட்டிக்கில் பற்றிய விவரத்தினை அனைவரிடமும் கூறினார்.

ஆர்ட்டிக்கிலில்... "நான் நிலன். எனக்குப் புதுமைகளில் ஆர்வம் அதிகம். அப்படி நான் புதுமையாக அறிந்தது தான் நாட்டின் எல்லையில் இருக்கும் காடு. அதனை நான் எனது இலக்காக கொண்டு நான் ஆராய்ச்சி செய்து வர... எனக்குத் திடுக்கிடும் தகவல் கிடைத்தது. அதனை உங்களிடம் பகிர்ந்து கொள்கிறேன். எனக்கு அங்கு கிடைத்தத் தகவல்... நான் என் கண்ணில் கண்ட காட்சி... இருவர் மனித மிருகம் போன்று விழிகள் சிவந்த நிறமாக அடர்ந்த முடியுடன் பரந்த மார்புடன் மூன்று மனிதன் இணைந்து இருப்பது போன்று பருத்த உடலும் கைகள் காலகள் எல்லாம் விலங்கு போன்றே பற்கள் கோரமாக காட்சியளிக்க உலாவிக் கொண்டு இருந்தனர். நானும் என் தோழனும் சென்று இருந்தோம். அப்படி செல்லும்பொழுது வழி தவறி இருவரும் பிரிந்துவிட அவன் அவர்கள் கையில் சிக்கிக் கொண்டான். அவனை அவர்களிடம் கண்ட நான் அவர்களினை எதிர்த்து போரிடும் சக்தி என்னிடம்

இல்லை என்பதால் என்ன செய்கிறார்கள் என்று பார்க்க ஆரம்பித்தேன். அவர்கள் காட்டின் அடர்ந்த முள் வேளி இருக்கும் இட்த்தினை முள்களினை நீக்கி விட்டு செல்ல.. கீழே செல்லும்படி ஒரு வழி ... சாதரணமாக தெரியாது அவர்கள் அதனை திறக்கவும் தான் அது வழி என்றே தெரிந்தது... அவர்கள் செல்லும் திசையில் நானும் பல மணித்துளி கடந்து சென்று பார்க்க... அங்கு என் நண்பன் இறந்து பிணமாக்க் கிடந்தான். அவனருகில் இருந்த பைகளினை அலசியதில் கிடைத்த செய்தி என்னை வலி நிறைந்த ஆச்சர்யத்தில் ஆழ்த்தியது..அவர்களின் வேலை பெண்களினைக் கடத்திக் கொண்டு வந்து அவர்களினை கேவலமாக புகைப்படம் எடுத்து அதனை அவர்கள் பெற்றொரிடம் அனுப்பி தங்களது செயலை முடித்துக் கொள்வது. அவர்களுக்கு தலைவன் யாராக இருக்கும் என்ற என் அலசலில் ஒரு தொலைபேசி எண் இருக்க... அதனை நினைவில் கொண்டு நான் வந்த வழி திரும்ப நினைக்க... என்னால் அந்த வழியில் திரும்ப முடியவில்லை... என்ன செய்வது என்ற யோசனையில் இருந்த நான் மேலே ட்ரைன் போன்று இருக்க அங்கு சென்று படுத்துக் கொண்டேன். அவர்களும் இரவு முழுவதும் அங்கேயே உறங்கிக் கொண்டு இருக்க... நானும் வேறு வழி தெரியாது அங்கேயே இரவு முழுவது நரம் கட்த்தினேன். வழக்கம் போல் அவர்கள் அந்த இடத்தினை விட்டு வெளியில் செல்ல.. அவர்கள் பின் நானும் வெளியில் வந்து கண்ணில் படாவண்ணம் தப்பி விட்டேன். நான் னினைவில் கொண்ட எண்ணினைக் கொண்டு ஆராய்ச்சி செய்ய... நான் அறிந்த ஒன்று... உங்களுக்கு வியப்பாக இருக்கு... அது மிகவும் புகழ் வாய்ந்த நம்பர் ஒன் பிஸ்னஸ் மேன் ரிஷி கண்ணா. அதனை யாரும் நம்ப மறுக்க எனக்கு இதனைத் தவிர வேறு வலி தெரியவில்லை.. நானும் இதற்கு பின் என்ன என ஆரைய்ச்சி செய்த்தின் விளைவு... அவரின் நம்பர் ஒன் பிஸ்னஸ் கொகைன் தயாரிப்பது... யாரும் அதற்கு ஆதரவு தெரிவிக்காது போனால் அவர்களிடம் இருந்துத் தப்பிக்க.. அவர்களின் பெண்களினை இப்படிக் கொடுமைப் படுத்துதல்... இப்படி ஒரு காட்டினுல் யாரும் வரப் போவதில்லை என்பதே அவர்களது எண்ணம்... உள்ளே இருக்கும் மிருகங்கள் விட இரண்டு மனித மிருகம்

அங்கிருக்கும் விலங்குகளினை உட்கொண்டு வாழ்ந்து வருகின்றனர். இதனை ஏதாவது ஒரு ஜீவனாவது நம்புவீர்கள் என்ற நம்பிக்கையுடன் முடிக்கிறேன். அவர்களின் செயலால் பல குடும்பம் தற்கொலை செய்துள்ளனர். பலர் மன நலம் பாதிக்கப் பட்டுள்ளனர். நான் இதன் பின் உயிருடன் இருப்பனா எனத் தெரியவில்லை. ஆனால் யாராவது இதனை நம்பி பல உயிர்களினைக் காப்பார்றுவீர்கள் என்று நம்புகிறேன்"

"அவரின் ஆர்டிக்கில் வந்த அடுத்த நாள் அவர் இறந்துவிட்டார். அந்த செய்தியினையும் யாரும் பெரிதாக எடுக்கவும் இல்லை. ஏன் நான் கூட பெரிதாக நினைக்க வில்லை. ஆனால் மிட்டு தான் எனக்கு இந்த ஆர்ட்டிக்கில் உண்மையாக இருக்குமோ என்று சந்தேகமாக உள்ளது என்றுக் கூறிக் கொண்டே இருந்தான். அது உண்மையாக ஆனது", நானி.

கேட்ட அனைவரும் ஒவ்வொரு மன நிலையில் இருந்தனர். பின் நேரம் கடத்தாமல் செல்லலாம் என எண்ணி அனைவரும் எழுந்து செல்லத் தொடங்க... இருட்டில் அந்த இடத்தில் இருந்து அனைவரும் நகர்ந்தனர். அர்ஜுனை வர்மன் தோளில் அணைத்த வண்ணம் அழைத்துக் கொண்டு சென்றான். அனைவரும் செல்ல செல்ல... முன்னே சென்று கொண்டிருந்த நானியின் காலில் ஏதொ தட்டுப்பட அது எதுவாக இருக்கும் என அறிந்தவர் அனைவரையும் முன்னே செல்ல சொல்லி சொல்ல.. அவர்கள் கேள்வியாகப் பார்க்க..

நானியின் காலில் மிதி பட்டிருப்பது கன்னிவெடி... அதுவும் அது நிலத்தில் நன்றாக ஊன்ற பட்டு இருக்க அதனை தோண்டி எடுப்பது கஷ்டம். மிட்டுவும் வர்மனும் என்ன முயற்சித்தும் அதனை எடுக்க முடியவில்லை.... அந்த வெடியினை மிதித்த இரண்டு நிமிடத்தில் அந்த இடத்தில் அலாரம் போன்று மணி அடிக்க... மேலே இருந்த ட்ரைன் ஓடத் தொடங்க... ஏதோ அசம்பாவிதம் நடக்கப்போகின்றது என அறிந்த நானி "சீக்கிரம் இங்கிருந்து போங்க.. இந்த இடத்தை விட்டுப் போங்க...".

அனைவரும் அதிர்ந்து தான் அந்த இடத்தினைப் பார்த்துக் கொண்டு இருந்தனர். அவர்கள் நின்று இருந்த இடம் அருகில் ஒரு தடுப்பு ஒன்று அவர்களினை அடைப்பது போன்று மூட... நானி வர்மனிடம் " வர்மா... நான் சொல்றத கேளுங்க... திரும்பிப் போகனும் அப்படின்ன இறந்த அவனுங்க இரண்டு பேருல யாராவது உயிரோட இருக்கனும்... இல்லை இந்த வழியில் தான் போகனும்... அந்த வழியும் முடியப் போகுது.. சீக்கிரம் எல்லரஒயும் கூட்டிட்டு போ... நீ தான் எல்லாரையும் கவனமா வெளியில் காப்பாத்திக் கூட்டிப் போகனும்".

"நானி", என்ற மிட்டு நானியினை கட்டிப் பிடித்துக் கொண்டு போக மாட்டேன் என்று கண்ணீர் விட மித்ராவும் அழுது கொண்டே அர்ஜுனை வெளியில் அழைத்துக் கொண்டு செல்ல... வர்மன் மிட்டுவினை வந்து இழுத்துக் கொண்டு வெளியில் தள்ள... கதவு மூட ஒரு நொடி இருக்கும் சமயம் நானி தனது காலினை எடுக்க வெடித்துச் சிதறினார். கதவும் மூடியது... மிட்டு த்னது கதறலினை அதிகப் படுத்த மித்ரா மிட்டுவினைக் கட்டிக் கொண்டு அழ அர்ஜுன் வர்மனை அணைத்த வண்ணம் கண்ணீர் விட்டுக் கொண்டு இருந்தான்.

மூவரும் இனியும் இங்கு இருப்பது சரியில்லை என்று உணர்ந்த வர்மன் அனைவரினையும் அழைத்துக் கொண்டு நடக்கத் தொடங்கினான். அவர்களுக்கு அப்பொழுதுதான் நினைவு வந்தது.. தங்களது பைகளினை யாரும் எடுத்துக் கொண்டு வரவில்லையென... வெளியில் வரும் நிலையில் அதனை சிந்திக்காத தனது மட்த்தனத்தினை எண்ணி வர்மன் நொந்து கொண்டான். எப்படியும் வெளியில் யாரேனும் காவலுக்கு இருப்பர் என்று நினைக்க எப்படித் தப்பிக்கப் போகிறோம் என்று ஆயாசமாக இருந்தது.

"நானி அந்த இட்

அத்தில் கால் வச்சதால தான் அந்த இடம் தானா ஆட்டோ லாக் ஆகி இருக்கு. இனியும் அந்த மாதிரி நடக்காதீங்க கையில் இருக்க டார்ச் நல்லா பார்த்து அடிங்க... வர்மனிடம் ஒரு டார்ச் மற்றும் நானியினது மித்ராவிடமும் இருந்தது. மித்ராவும்

மிட்டுவும் முன்னே செல்ல வர்மன் அர்ஜுனைத் தாங்கிய வண்ணம் வந்து கொண்டு இருந்தனர். பல மணித்துளிகள் நடந்து வந்தவர்கள் தூரத்தில் ஒருவன் இருப்பது அறிந்து டார்ச்சினை நிறுத்தி கவனித்தனர். அவன் பின் பக்கம் மட்டுமே தெரிய... அர்ஜுன் அவனைக் கண்டு கொண்டான். "அவன் தான் எங்களை இங்கே தூக்கி வந்ததில் ஒருவன்...".

அவன் நம்மல பார்த்தான்னா... ஆட்டோ லாக் போட்டு கதவ மூடிடுவான்... நான் அவன் பின் பக்கம் போய் அவனை எதுவும் செய்ய முடியாதமாதிரி பிடிச்சுக்குறேன். நீங்க தப்பிச்சிடுங்க...

மிட்டு "நான் போய் பிடிக்குறேன் அண்ணா... நீங்க போங்க", எனக் கூற..

"அவன் உன்னை ஒரு கையில் தூக்கி வீசிடுவான். நீ ஒழுங்கா இவங்க கூடப் போ... நான் போறேன்", வர்மன் கூரியவன் பின்னிருந்து அவன் கைகள் இரண்டையும் பிடித்துக் கொண்டு அனைவரையும் போக்ச் சொல்லிக் கத்த... இவர்கள் வெளியில் அர்ஜுனைக் கைகளில் தாங்கிய வண்ணம் அழைத்துக் கொண்டு விரைந்து சென்றனர்.வர்மனால் ரொம்ப நரம் அப்படியே பிடிக்க முடியாது போக... அவனின் தாக்குதலில் தப்பிக்க வழிதெரியாது... கதவினை மூடச் சென்றவனின் கரத்தினை தடுத்த வர்மன் அவனைத் தடுக்க அப்படியும் அவனால் தடுக்க முடியாது போக அந்த பாட்டனை ஆன் செய்ய கதவு மூடத் தொடங்கியது.. அனைவரும் வெளியில் சென்று இருக்க...

வர்மன் மட்டுமே உள்ளே இருந்தான். மிட்டு அவனை சீக்கிரம் வெளியில் வருமாறு அழைக்க... வர்மன் தன்னைப் பிடித்துக் கொண்டிருந்தவன் உயிர் நாடியில் ஒரு உதை விட அவன் வலி தாங்காது சுருண்டு விழ வர்மன் கதவு மூட ஓடத் தொடங்கினான்.

வர்மன் வரவும் மிட்டுவும் மித்ராவும் அர்ஜுனை வெளியில் அழைத்துச் செல்ல...

"எங்கூட நீயும் செத்துபோ... பாம்... ஹாஹாஹா...", என்று பின்னிருந்து சிரிக்கும் குரல் கேட்க... வர்மன் திரும்பிப் பார்க்க... அதற்குள் மிட்டு அர்ஜுன் மித்ரா மூவரும் வெளியில் வந்து அந்த இடம் தாண்டியே சென்று இருக்க... வர்மனுக்குப் புரிந்த்து... அவன் இந்த இடம் வெடிக்கும்படி செய்துவிட்டான் என்று... வர்மன் தனது முழுமூச்சினையும் செலுத்தி ஓட... கதவினை விட்டு நொடியில் வெளியில் செல்ல... பாம் வெடிக்க... வர்மனும் வெடியில் பறந்து விழுந்தான்.

****

மருத்துவனையில் ஈஸ்வர், மித்ரா, மிட்டு, அர்ஜுன் என அனைவரும் இருக்க... வர்மன் உயிருக்குப் போராடிக் கொண்டு இருந்தான்... அர்ஜுன் மிட்டு மித்ரா மூவருக்கும் சிகிச்சை அளித்து மூவரும் வர்மனின் அறைக்கு முன் இருந்தனர். வர்மன் நலமடைய அர்ஜுன் கடவுளை வேண்ட.... மிட்டு கண்ணீர் விட்டுக் கொண்டு இருந்தான். மித்ரா அழுது அழுது கண்ணீர் வற்றி இருக்க சிலையாய் அமர்ந்து இருந்தாள்.

வெளியில் வந்த மருத்துவர்... "சாரி ஈஸ்வர் உயிரை மட்டும் தான் காப்பாற்ற முடிஞ்சது... ஹீ இஸ் லைவ். ஆனால் அவர் கோமா நிலையில் இருக்கார். அவருக்கு தலையில் பலமான அடி... பாம் ஓட பாதிப்பா கூட இருக்கலாம். எப்போ கோமா நிலையில் இருந்து வருவார்னு சொல்ல முடியாது,..."

டாகடர் கூறல் கூற கேட்ட அர்ஜுன்... "நான் போய் பார்க்கலாமா டாக்டர்...". கண்டிப்பா.. என அவர் கூற....

அர்ஜுன் வர்மனின் அருகில் சென்று அவனது கரத்தினைத் தனது கையில் ஏந்திக் கொண்டு கண்ணீர் விட்டான். அர்ஜுனுக்கு உறவு பிடித்தம் இல்லாது போக... அவனுக்கு இங்கு வந்து கிடைத்த ஒரே நண்பன். அவனுக்கு துணையாக உறவாக நட்பாக அண்ணனாக இருக்கும் ஒரே உறவு,... தனக்காக இப்படி ஒரு சூழ்நிலையில் இருக்க... அவனுக்கு தாங்க முடியாத வலி மனதினை அழுத்த அதற்கு மேல் அங்கு இருக்க முடியாது வெளியில் வந்தவன் சேரில் அமர்ந்து

தலையினை கைகளில் தாங்கிக் கத்தி அழத் தொடங்க... மித்ரா அவனை அணைத்துக் கொண்டாள். மிட்டுவும் உடன் பிறவாத தன் அண்ணனாக இருந்த வர்மனை எண்ணி கலங்கிக் கொண்டு இருந்தான். டிபார்ட்மென்டில் விவரம் கேட்க... நடந்தவற்றை கூற... அவர்களின் மேல் தப்பு இருந்தாலும் இப்படி ஒன்று நடக்கின்றது என்பது தெரியாமலே இருந்து இருக்கும் என்பதால் இனி இந்த் தவறினை செய்யக் கூடத் என்பதோடு விட...

வர்மன் பற்றி மருத்துவர் கேட்க...

அர்ஜுன் "அதிரூபவர்மன். மனைவி யாழ்நிலா. கொடைக்கானல்ல வசிக்குறாங்க", எனக் கூற.. அவர்களுக்குக் கடிதம் அனுப்ப வேண்டும் எனக் கூற... மித்ரா, வர்மன் விரைவில் கோமாவில் இருந்து எழுந்து விடுவார். எனக்கு நம்பிக்கை இருக்கின்றது.. அதுவரை நிலாவிற்கு தெரிவிக்க வேண்டாம் என்று கூறிவிட.. அதுவும் சரியே என எண்ணி நிலாவிடம் இருந்து மறைத்தனர். வருடம் இரண்டு அப்படியே ஓட... மித்ராவும் அர்ஜுனும் வாழ்க்கையில் அடுத்தப் படியினை எடுத்து வைக்கவில்லை... ஈஸ்வரும் கேட்டுப் பார்த்தும் வர்மன் குணம் ஆனால் தான் என்று கூறிவிட... அவரும் ஒன்றும் சொல்லவில்லை... அவருக்கும் வர்மனின் நிலை கவலை அளித்தது. மிட்டு அர்ஜுனுடனே இருக்க... இரண்டு வருடம் ஆகியும் பலன் தெரியவில்லை நிலாவிற்கு கூறுவோம் என்று ஈஸ்வர் கூற... ஒப்புக் கொண்ட அர்ஜுன் நடந்தவற்றினைக் கடிதம் எழுதி அனுப்பினான். ஆனால் அவன் அனுப்பிய அடுத்த நாளே வர்மன் எழுந்துவிட முதலில் கண்ட மிட்டு அவனை அணைத்து அன்பினைப் பரிமாறிக் கொண்டு இருக்க.. எழுந்த அவன் வாய் கூறிய வார்த்தை "யாழி...."..... மிட்டு கடிதம் பற்றிக் கூறிய அடுத்த நொடிக் கிளம்பி விட்டான் வர்மன்.

****

கொடைக்கானல்!!!

தமிழ்நாட்டில் மலைகளின் இளவரசி எனும் கோடை வாசத்தலம். மேற்குத் தொடர்ச்சி மலைகளில் அமைந்துள்ள குளுமையானத் தட்பவெப்பம் நிலவும் பகுதி. பன்னிரண்டு ஆண்டுகளுக்கு ஒரு முறை பூக்கும் குறிஞ்சி மலர் செடிகள் பரவலாக வளரும். சங்க காலத்தில் கடியநெடுவேட்டுவன் என்ற அரசன் ஆண்டக் கொங்கு நாட்டின் ஒரு பகுதி. அந்தக் காலத்தில் கோடை மலை என்று அழைத்தனர்.

மலைப் பகுதி என்பதால் பல மேடு பள்ளங்கள் காணப்பட்டது. அதில் ஒரு பெரிய மேட்டில் பளிங்குக் கற்களால் கட்டப்பட்ட அழகான தோற்றம் கொண்ட வீடு. வீட்டினைச் சுற்றிலும் பல வண்ண ரோஜாச் செடிகள். அதிகமாக இளஞ்சிவப்பு வண்ணமே நிறைந்து காணப்பட்டது. வீட்டின் மாடிவரையிலும் கொடிகள் போன்று படர்ந்துக் காணப்பட்டது.

நிலா. தற்பொழுது இருபத்தியெட்டு வயது. நம் கதையின் நாயகி. திருமணம் முடிந்து பல வருடம் முடிந்தது. அவளுக்குத் துணை அவளின் கணவன் மட்டுமே. ஆனால் தற்பொழுது அவனும் இல்லை. வாழ்க்கை முழுவதும் அவளுக்கு வெறுமையாய் மட்டுமே சென்றது. யாரிடமும் அதிகம் பழக்கம் இல்லை. சொந்த ஊரினை விட்டு இங்கு வந்து பல வருடம் ஆனது. ஆனால் சொல்லிக் கொள்ளும் படி யாரையும் அவளுக்குத் தெரியாது.

வீட்டிற்கு வேண்டிய பொருள்கள் அனைத்தும் அவள் கணவனின் உயிர் தோழன் பரீத்(நம்ம சுபாவோட அம்முவே

தான்) பார்த்துக் கொண்டான். பரீத் மற்றும் அவன் குழந்தை ஜெனி மட்டுமே இவர்களுக்குத் தெரிந்த நபர்கள்.

“கடிதம் வந்துச்சுமா... இங்கே வைக்குறேன். அபிக்கு ஜலதோசம் பிடிக்கும்னு ஸ்வெட்டெர் வாங்கிட்டு வந்தேன். பழைய ஸ்வெட்டெர் இனி வேண்டாம்மா. கதவ நல்லா சாத்திட்டு தூங்குங்க. வரேன்மா”, என்றபடி வீட்டினுள் வந்தான் பரீத்.

“சரிங்கண்ணா. ஜெனிக்கு பால் எடுத்துட்டுப் போங்கண்ணா”, நிலா.

“சரிமா”, என்ற பரீத் பாலை எடுத்துக் கொண்டு அவன் வீட்டிற்குச் சென்றான்.

பகல் முழுவதும் ஓடி ஆடி விளையாடி முழு ஆற்றலையும் செலவிட்டு இரவு ஒரு தம்ளர் பாலில் இழந்த ஆற்றலை மீண்டும் பெற்றுத் தன் அன்னையிடம் கதை கேட்டுத் தூங்கும் வழக்கம் கொண்டவன் அபிவர்மன்.

அவளும் என்றும் கூறும் மகாபாரத இளமைப் பருவ நிகழ்ச்சிகளைக் கூறி அபியை உறங்க வைப்பாள். அபியும் அவள் கூறும் கதைகளை ஆழ்ந்து கேட்டுக் கொண்டு உறங்கி விடுவான். அதன் பின் தன்னவனைக் காணும் ஏக்கம் அவளை என்றும் போல் தாக்க அவளின் அன்பின் உறைவிடமான அறையின் பால்கனியில் வந்து நின்று நிலவினைத் தேடிக் கொண்டு இருந்தாள். என்னவனைக் காணாமல் விழிகள் தான்

வருந்துகின்றது என்றால் நிலவும் என்னைக் காண மறுக்கின்றதே...!!!

இரவு பல நேரம் கடந்து உறக்கம் அவளைத் தழுவ அபியினை அணைத்த வண்ணம் கட்டிலில் அவனுடன் உறங்கினாள்.

நிலவு மறைந்து கதிரவன் உதிக்கத் தொடங்கும் வேளை பனித்துளிகள் படர்ந்து புகை மூட்டமாய் இருந்தது. மெல்லிய மஞ்சள் வண்ண ஷிபான் புடவை அணிந்து அந்தக் குளிருக்கு இதமாக கைகளில் தேநீர்க் கோப்பையுடன் பால்கனியில் நின்று மழைச் சாரலை ரசித்துக் கொண்டு இருந்தாள் யாழ்நிலா.

“என்னவனை நான் சந்திக்கும் நொடியினை எனக்குத் தர மறுக்கின்றாயே முருகா... நான் என்னவனுடன் என்று இந்த இடத்தில் அவனின் அணைப்புடன் நிற்கப் போகிறேன்” என இறைவனிடம் உரையாடிக் கொண்டு இருந்தாள் யாழ்நிலா.

அவளின் மனம் முழுவதும் அவளின் கணவன் நினைவுகளே. இவளுக்கு அவனின் நிலை புரிந்தாலும் அவனைக் காணாத நாட்கள் முள்ளின் மேல் நிற்பது போன்று தான் இருக்கின்றது. என்னதான் வருந்தினாலும் அவன் பணியினை விடச் சொல்லி ஒரு பொழுதும் அவள் கூறியதுமில்லை. ஏன் நினைத்ததுகூட இல்லை. அவனை அவனுக்காய் விரும்பி குடும்பத்தினையும் எதிர்த்து மணம் புரிந்து இதோ இரண்டு வயதில் மகனும் உண்டு. விடுப்பு அன்று தவிர்க்காமல் வந்து விடும் அவன் கடைசியாக மகன் பிறந்த வருடம் வந்தவன் தான் அதன் பின் இரண்டு வருடம் முடிந்தாகிற்று. இன்னும் வந்தபாடில்லை.

பால்கனியில் இருந்த நாற்காலி போன்ற ஊஞ்சலில் அமர்ந்து விழிகளை மூடி அமர்ந்து இருந்தாள். ஏதோ ஒன்று அவளை உருத்த, விழிகளினைப் பிரித்தாள். அவள் கண்களினை அவளாலேயே நம்ப முடியவில்லை. தான் காண்பது கனவா இல்லை நினைவா?? அவளுக்கு இதயம் வெளியில் வந்து துடிப்பது போன்ற உணர்வு. இந்த ஜென்மத்தில் இந்த ஒரு நாள் போதும். இதோ என் கண் முன் இருப்பது என் உயிர் அல்லவா... ஒரு நொடியில் இவைகள் அனைத்தும் அவள் மனதில் வந்து சென்றது.

அதிரூபவர்மன் அவள் கண் முன் வந்துவிட்டான். அவளின் ஆருயிர் காதலன் வந்துவிட்டான். ரூபன் என்று அலறியவள் சற்றும் யோசிக்காது அவனைக் காற்று கூடப் புகாதபடி இறுக்கமாக அணைத்து இருந்தாள். அவளுக்கு பேச்சு வரவில்லை. அவளின் இதழ்கள் அவனது மார்பில் இருந்து பிரியக் கூட மறுத்து விட்டது. ஆனால் விழிகளில் கண்ணீர் மட்டும் நிற்கவில்லை. அவளும் அவனை விட்டு விலகினாளில்லை. அவனும் அவளை விலக்கினானில்லை. இருவருக்கும் அந்த அணைப்பு தேவையாய் இருந்தது. நிமிடம் மணிகளாய் கடக்க... ரூபனே அவளைப் பிரித்து கைகளுக்குள்ளேயே நிறுத்தி அவள் பூமுகம் காண முயற்சிக்க எங்கே அவள் அவனைப் பார்த்தாள் தானே... வலிய அவள் முகத்தினைத் தன் கரம் கொண்டு நிமிர்த்தியவன் அவளின் அழுது வீங்கிய கன்னங்களில் வழிந்த நீரினைத் தன் பெருவிரல் கொண்டுத் துடைத்தவன் ரோஜா நிறக் கன்னங்களில் இதழ் பதித்தான். அவளை வெட்கம் ஆட்கொள்ள அவன் மார்பில் கை பதித்து அவனைத் தள்ளி விட்டவள் பால்கனியின் ஓரத்தில் நின்று கொண்டாள். மழைச் சாரல் அந்த இடத்தில் வீச அவள் மேனி மழையில் நனையத் தொடங்க.. அவள் தள்ளி விட்டதில் ஜாதிப் பூச்செடியின் மேல் சரிந்தவன் அவள் முந்தானையினைப் பற்றி நின்றான். முந்தானையினைத் தன் கையில் சுற்றிக் கொண்டே அவள்

அருகில் சென்று பின்னிருந்து அணைத்தான். அந்தக் குளிருக்கு அவர்களின் அணைப்பு இருவருக்கும் தேவையாய் இருக்க அப்படியே சாரலில் நனைந்த வண்ணம் இருந்தனர். அவள் வயிற்றில் ரூபன் பொருத்தியக் கரங்களினைப் பற்றி மழைத் துளிகளைப் பிடித்து அவன் முகத்தில் வீச சிலிர்த்தான். அவளைத் தன் புறம் திருப்பியவன் அவள் முகம் கண்டான். அவளின் இதழ்கள் துடித்துக் கொண்டு இருந்தது. விழிகளில் அவளின் ஏக்கம் மறைந்து காதலும் தவிப்பும் தெரிய அதற்கு மேல் நொடியும் தாமதிக்காது அவளின் சிவந்த அதரங்களினைச் சிறை செய்தான். இரண்டு வருட ஏக்கம்... தவிப்பு... அனைத்தும் அவர்களின் இதழ் ஒற்றலில் மாயமாய் மறைந்தது. எங்கோ இசைக்கும் இளையராஜாவின் மெல்லிசை ஒலி மழைத் துளிகளின் இரைச்சலையும் மீறி அவர்களின் செவி நிரப்ப.. இருவரும் அந்த மோன நிலையில் இருந்து வெளிவர பல மணி நேரங்கள் ஆனது.

ரூபன் நிலாவைத் தன் கைகளில் ஏந்தி ஊஞ்சலில் அமர்ந்தவாறு அவளைத் தன் மடியில் அமர்த்தி அவனின் இரண்டு வருட பிரிவில் நடந்தவற்றைக் கேட்டுக் கொண்டு இருக்க... அபி தன் தந்தையின் குரல் கேட்ட அடுத்த நொடி.... ப்ப்ப்பாஆஆஆஆ...... என்றவாறு ஓடிவரக் கண்ட நிலா ரூபனிடம் இருந்து எழ முயற்சிக்க ரூபன் அவளை எழ விடாது அப்படியே அபியையும் தூக்கி அமர்த்தி அவர்களுடன் சேர்த்து அணைத்தவாறு கதை பேசி அந்த நாள் முழுவதும் கழித்தனர். தந்தையினைக் கண்ட அபி ஒரு நொடியும் பிரிய மாட்டேன் என்பது போல் அவனை விட்டு விலகாது அவனுடனே சுற்றிக் கொண்டு திரிந்தான். குளிப்பதற்குக் கூட விடாது சுற்றுபவனை உடன் அழைத்து இருவரும் இணைந்து குளித்து முடித்து நிலாவினை ஒரு வழியாக்கினர்.

****

சூரியனின் கதிர்கள் தன் ஆக்ரோஷத்தை அடக்கித் தணிந்து செல்லும் நேரம் அந்திமாலை வேளை. அபியும் ரூபனும் கட்டிலில் குதித்து விளையாடிக் கொண்டு இருந்தனர்.

"என்ன வேளை செய்ரீங்க இரண்டு பேரும். கட்டிலில் இருந்து கீழெ இறங்கி விளையாடுங்க. அபி அப்பாவை ரெஸ்ட் எடுக்க விடு. நீ வா ஜெனியை பார்த்துட்டு வரலாம்", என்றாள் நிலா.

"அதுக்கு அவசியமே இல்லைமா நிலா. ஜெனி ரூபனை பார்க்கனும் சொல்லி ஒரே அடம். அதான் அவளை இங்கேயே அழைச்சிட்டு வந்துட்டேன்", என்றான் பரீத்.

"ஹாய் அங்கிள். நான் உங்களைப் பத்தி நிறைய கதை அபிகிட்ட சொல்லி இருக்கேன். அவன் என்னைப் பத்தி என்ன சொன்னான். என் பேரு நியாபகம் இருக்கா உங்களுக்கு", ஜெனி ரூபனிடம் கேட்க..

ஜெனியும் ரூபனும் கதை பேசத் தொடங்க நிலா, பரீத் அபி மூவரும் கீழே வந்திருந்தனர். பரீத் அபியினைக் கையில் ஏந்திக் கொண்டு தொலைக்காட்சியனைப் பார்க்க... நிலா விட்ட வேலைகளைத் தொடர்ந்தாள்.

"ஹாய் டி என் லட்டுக் குட்டி. உன்னை எப்படி செல்லம் மறப்பேன். உனக்கு தான் என்னை நியாபகம் இல்லை. என்னை எப்படி கூப்பிடுவனு மறந்துட்ட நீ", என்று ரூபன் கோபம் கொண்டவனாய் முகம் சுளித்துக் காட்ட..

“எனக்கு நிலாமா தான் சொன்னாங்க... குட்டியா இருக்கப்ப நடந்தது எல்லாம். ஆனால் நீங்கள் என்ன சொல்லி என்னைக் கூப்பிடுவீங்கனு சொல்லலியே”, ஜெனி.

“என் லட்டுக் குட்டி என்னை மாமா சொல்லுவா... இப்போ அசிங்கமா அங்கிள் சொல்லுரா”, என்றான் ரூபன்.

“நான் மாமா சொல்லுவேன் இனிமேல். எனக்கு அபிக்கு மாதிரி கன் வச்சு சுட சொல்லித் தருவீங்களா..”, என்றாள் ஜெனி.

“அது தப்பு லட்டு. யாரு உனக்கு சொன்னாங்க... கன்லாம் குட்டிப் பசங்க யூஷ் பண்ணக் கூடாது. ஓகே”, ரூபன்.

“என் பிரண்டு தான் சொன்னான். அவன் அப்பா ஆர்மில தான் இருக்காங்க. அவங்க அப்பா அவனுக்கு வளர்ந்ததும் அவனுக்கு கன்ல சுடச் சொல்லித் தருவாங்கலாம். எனக்கு நீங்கள் தான சொல்லித் தரனும்”, என்றாள் ஜெனி.

“அது வளர்ந்ததுக்கு அப்புறம் பார்த்துக்கலாம் லட்டு. சரிவா நாம கீழே போகலாம்”, ரூபன் ஜெனியைத் தூக்கிக் கொண்டு படிகளில் கீழே இறங்கினான்.

“நிலாமா... நேத்து ஒரு கடிதம் கொடுத்தேனே... அதை என்னனு பாத்தியாமா...”, என்றான் பரீத்.

"இல்லண்ணா... அங்க மேஜை மேலே தான் இருக்கு. இதோ வரேன் அண்ணா", என்றவள் அந்தக் கடிதம் கண்டு

"ரூபன் உங்கள் அலுவலகத்துல இருந்து தான் கடிதம் வந்திருக்கு", என்று நிலா கூறிய அடுத்த வினாடி ரூபன் ஜெனியை இறக்கிவிட்டுப் புயலாய் நிலாவினை அடைந்தவன் அவள் கையில் இருக்கும் கடிதத்தினை பறித்து விட்டுப் படிகளில் ஏறி அறைக்குச் சென்றுக் கட்டிலில் அமர்ந்து கடித்த்தினை தன் நெஞ்சில் பதித்து பெருமூச்சுவிட்டான்.

"என்ன ஆச்சு இவருக்கு... இப்படி வேகமா மேலே போறாரு...", என்று நினைத்தவள் வேலையினைத் தொடர்ந்தாள்.

அன்றைய நாள் இரவு அபியை உறங்க வைப்பது ரூபனின் பணியானது. தூங்க வைத்தவன் பால்கனி சென்று ஊஞ்சலில் அமர்ந்து கொள்ள நிலாவும் அருகில் சென்று அவன் மடி மேல் அமர்ந்தாள். நிலாவினை அணைத்த வண்ணம் அவன் ஒரு கடிதம் நீட்ட... நிலா அதனைப் பிரித்துப் படித்தவள் உணர்ச்சிகள்...

விபத்தில் வர்மனுக்குக் கோமா நிலை ஏற்பட்டதனை அறிந்த அர்ஜுன் ஈஸ்வர் மித்ரா மூவரும் அதிர்ச்சியின் உச்சிக்குச் சென்று இருந்தாலும் அவன் உயிர் காப்பாற்றப்பட்டது என்பதில் நிம்மதி அடைந்தனர். நிலாவிற்கு இதனைத் தெரியப் படுத்த அர்ஜுன் விரும்ப... மிதரா அதனை மறுத்துவிட்டாள். வர்மன் மற்றும் நிலாவின் காதல் இருவரையும் ஒன்று சேர்க்கும் என்று கூறியவள் வர்மன் போலவே கடிதம் ஏழுதி அனுப்ப ஆரம்பித்தாள். ஆனால் அது வெறும் அறிவிப்புக் கடிதமாக மட்டுமே. உணர்வுகள் வெளிப்படுத்துமாறு கடிதம் அனுப்பினால் நிலா அதனைத் தாங்கிக் கொள்ள முடியாது என்பதனால்...

மித்ராவின் கடிதம் மூலம் மட்டுமே நிலா தன் உயிரினைக் கையில் பிடித்துக் கொண்டு இருந்தாள். ரூபனின் முகம் காண ஏக்கம் நிறைந்து இருந்தாலும் அவன் வந்து தானே ஆக வேண்டும் என்று ஒரு புறம் தன்னை சமாளித்துக் கொண்டு இருந்தாள்.

ரூபனுக்கு நிலைமை சரியாகிவிடும் என்று நினைத்த ஈஸ்வர் மற்றும் அர்ஜுன் இரண்டு வருடம் ஆகியும் அவன் எழுந்தானில்லை என்பதால் இதற்கு மேல் நாம் மறைத்து வைத்திருப்பது சரியில்லை என உணர்ந்து ஒரு கடிதம் எழுதி நிலாவிற்கு தெரிவிப்போம் என்று எழுதி அனுப்பி இருந்தனர். கடிதம் எழுதிய மறுநாளே ரூபன் எழுந்துவிட அந்தக் கடிதம் பற்றிக் கூற அதற்கு முன் தான் அவள் முன் நிற்க வேண்டும் என்று நினைத்தவன் அவள் முன் வந்திருந்தான்.

கடித்தினைப் பிரித்துப் படித்தவளின் உணர்ச்சிகள் சொல்ல முடியாத வேதனையிலும் ஒரு பக்கம் தன்னவன் தனக்கு கிடைத்துவிட்டான் என்று ஆனந்தக் கண்ணீருடனும் அவளின் மேனி தள்ளாட கீழே விழும் நேரம் வர்மன் நிலாவினைத் தாங்கி இருந்தான்.

இக்கடிதம் கிடைத்த பொழுது தன்னவள் அருகில் தான் இல்லாதிருந்தால் என்ன நிலையில் இருப்பாள் என்று அவனுக்கு நன்றாக தெரியும் என்பதால் தான் கடிதம் பற்றி அறிந்த அன்றே யாருக்கும் தெரிவிக்காமல் அவளைப் பார்க்க வந்துவிட்டான்.

அவளை மஞ்சத்தில் சரித்தவன் சிறிது தண்ணீரினை அவள் முகத்தில் தெளித்து “யாழி.... யாழி”, என அவனழைக்க...

விழிகளினைத் தெளித்தவள் அவன் முகம் மங்கலாகத் தெரிய கண்களினைக் கசக்கி மீண்டும் தெளிவாகப் பார்த்தாள். அவளுக்குப் பேரானந்தம். தன்னவன் எவ்வளவு பெரிய ஆபத்தில் இருந்து தப்பி இருக்கின்றான். தன்னவன் இன்றி தான் உயிர் வாழ்வது சாத்தியமே இல்லையே. எங்கோ அவன்

எனக்காக உயிருடன் இருக்கின்றான் என்றல்லவா நடை பிணமாகவாயினும் உலா வந்து கொண்டு இருந்தாள் இந்த இரண்டு வருடமாக. அவன் இல்லை என்றாயிருந்தால்... அதனை நினைக்கவே அவளுக்கு தொண்டை அடைக்க... பாய்ந்து அவன் கழுத்தினைக் கட்டிக் கொண்டவள் அவன் தோளில் இதழினைப் பதித்த வண்ணம் அழுது கறைந்தாள். வர்மன் அவளின் இடையினை சுற்றி கரங்களினைச் செலுத்தி தன்னருகில் இன்னும் நெருக்கி அனைத்துக் கொண்டான். வர்மனும் அவளின் வலியினை உணர்ந்தவனாயிற்றே. அவனுக்கும் விழிகளில் நீர் வழிந்து கொண்டுதான் இருந்தது. அவளின் முதுகில் வர்மனின் கண்ணீர் துளிகள் விழுவதினை உணர்ந்த நிலா அவனை நிமிர்ந்து பார்த்தாள். அவன் முகம் வலியினை அப்பட்டமாக எடுத்துரைத்தது. அதற்கு மேல் தாங்காதவள்.....

விழியில் வழியும் கண்ணீரினைத் துடைத்தவள் மூச்சினை இழுத்துத் தன்னை சமன்படுத்தி அவன் முகத்தினை இரண்டு கரங்களிலும் ஏந்தி... அவன் விழிகளினை மட்டுமே தனது விழியில் சேர்த்தி... இருவரது விழிகள் மட்டுமே காதல் மொழிய

என்னை பார்க்காமல் உங்களால இருக்க முடியாதுன்னு நான் சொன்னேன் தானே.. இப்போ எனக்காக தானே நீங்க திரும்பி வந்திருக்கீங்க.... என்று அவன் முகம் பார்த்து அவன் பதிலைக் கேட்க ஆவலாக எதிர்பார்த்திருக்க....

வர்மன் அவளின் எதிர்பார்ப்பினை அவளது விழிகளில் அறிந்தவன் அவளின் முகத்தினை தனது இரண்டு கரங்களிலும் ஏந்தியவன் அவளுக்கு வேண்டிய உயிர் வரை ஊடுருவும் அந்த வார்த்தைகளினை பன்னீர் அருவியாய் அவளது இதயத்திற்குள் செலுத்தினான்.....

“விழியில்லை விழியாய் உன் முகம் பார்க்காமல்”

தன்னவன் தன்னைப் பார்க்காமல் இருக்க முடியாது என்பதனை வெளிப்படுத்திய தருணம் அவளின் மகிழ்ச்சிக்கு அளவே இல்லை. அவனின் முகத்தினை கைகளில் தாங்கி இருந்தவள் முகம் முழுவதும் முத்த மழை பொழிந்தாள். நெற்றி, விழிகள், கன்னம் என்று இதழ் பதித்துக் கொண்டே வந்தவள் அதன் பின் ஒரு நொடி அவன் இதழில் நிற்க... பின் நொடியும் தாமதிக்காது அவன் இதழில் தன் இதழ் சேர்த்தாள். அதுவரை வர்மன் அதிர்ச்சியில் தான் இருந்தான். நிலாவாக இதுவரை எந்த வித உணர்ச்சிகளையும் வெளிப்படுத்தவில்லை. தான் அவளை ஆட்கொண்டால் மறுப்புத் தெரிவிக்கமாட்டாள் ஆனால் அவளாக இதுவரை கன்னத்தில் கூட இதழ் பதித்தது இல்லை. அவள் வெட்கமும் ஒரு காரணம். அவளின் செய்கையில் மகிழிச்சியின் ஆழ்கடலுக்கேச் சென்றவன் அவளின் இதழ் மென்மையாக தீண்டத் தொடங்கியதும் அதன் பின்னர் அவன் அழுத்தமாக தொடர்ந்தான். இருவரும் தனது மனதிலிருந்த நீண்ட நாள் பிரிவு ஏக்கம் தவிப்பு என மலையாய் இருந்த வலிகள் அனைத்தினையும் தூசாக்கி இருக்க.. தனது தேடலில் வர்மன் நிலாவினை ஆட்சி செய்ய.. அவளின் பிரதிபலிப்பில் யாழி... யாழி... என நிலாவிடம் அடங்கி ஆண்டு கொண்டு இருந்தான் வர்மன்.

இருவரும் ஒருவரை ஒருவர் அணைத்து உறங்கிக் கொண்டு இருக்க.... அபி வந்துக் கதவினைத் தட்ட.... அதன் பின் இருவரும் மகிழ்ச்சியுடன் அபியினை அணைத்து அந்த நாளை அழகானப் பொன்னாளாக மாற்றி இருந்தனர்.

அடுத்த நாள் காலை வேளை வீட்டின் காலிங் பெல் அடிக்க அதனைத் திறந்த நிலா முகத்தில் மிகுந்த மகிழ்ச்சி. நிலாவிற்கு அர்ஜுனைத் தெரியும். அவனைப் புகைபடத்தில் பார்த்திருக்கின்றாள். வர்மனுக்கு உயிர் தோழன் ஆனவன்

என்பதனையும் அறிவாள். அர்ஜுன் உடன் ஈஸ்வர் மித்ரா மற்றும் மிட்டு அனைவரும் வந்திருக்க....

"வாங்க அண்ணா... வாங்க... மித்ரா... வங்கா சார்... வாப்பா", நிலா.

"அண்ணி என்னை மிட்டுன்னு கூப்பிடுங்க.. வாப்பா சொல்றீங்க... என்னை பார்த்தா உங்களுக்கு அப்பா மதிரியா தெரியுது", என்று மிட்டு தன் முகத்தினை சுருக்கிக் கொண்டு கூற...

"வந்ததும் உன் வேலைய ஆரம்பிச்சிட்டியா... சும்ம இருடா", என்று மிட்டுவின் தலையில் அடித்த அர்ஜுன் சிரிக்க

"மீசை சும்மா சும்மா என் தலையில் அடிச்சா எனக்குக் கோவம் வரும் சொல்லிட்டேன்", மிட்டு.

"அடிங்க... உன்னை... மீசைனா சொல்ற...", என அர்ஜுன் அவனைத் துறத்த மிட்டு வீட்டிற்குள் ஓடிக் கொண்டே வர்மனின் அறைக்குள் சென்று விட அப்பொழுது தான் குளித்து விட்டு வந்த வர்மன் இடையில் இரு துண்டுடன் வந்து நிற்க அவன் பின் வந்து நின்ற மிட்டு வர்மனின் இடையினை பிடித்த வண்ணம் அர்ஜுனிடமிருந்து காப்பாற்றச் சொல்லி கெஞ்ச... அர்ஜுன் அவனைப் பிடித்து அருகில் இருந்த சோபாவில் தள்ளி தலையில் கொட்டிக் கொண்டு இருக்க...

"என்ன பன்றீங்க சீக்கிரம் வாங்க... எல்லாரும் கீழே வெயிட் பன்றோம். அட சீ.. என்ன இது,,... இப்படி", என்று அறைக்குள் நுழைந்த நிலா தலையில் தட்டிக் கொண்டே சென்றுவிட..

"இவள் எதுக்கு சீ சொல்றா... இவனுங்க தான சண்டை போடுறானுங்க..", என்று அர்ஜுனையும் மிட்டுவையும் பார்த்த வர்மன் முகம் சிவந்தது.

இருவரும் தன்னைப் பார்த்து சிரித்த வண்ணம் இருக்க... "உங்களுக்கு என்ன டா ஆச்சு... எதுக்கு இப்போ சிரிக்குறீங்க...", வர்மன் சீற..

“அண்ணா... அண்ணி சீ சொன்னாங்களா...”, மிட்டு.

அர்ஜுன் அதற்கு மேல் முடியாமல் வயிற்றைப் பிடித்துக் கொண்டே அறையை விட்டு எழுந்து சென்று விட்டான்.

“என்னடா அவன் ஓடுறான்...”, வர்மன்.

“இப்படி பப்பி ஷேம் ஆ நின்னா.. எல்லாரும் ஓட தான் செய்வாங்க... இந்தாங்க இத முதல் கட்டுங்க”, என்றவன் வர்மனிடம் துண்டினைக் கொடுத்து விட்டு கையில் சிக்காமல் ஓடி விட்டான்.

பின்னே அர்ஜுன் அவனை சோபாவில் தள்ள முயற்சிக்க வர்மனின் துண்டினைத் தன்னுடன் சேர்த்து இழுத்துச் சரிந்தவன் அவன் தானே.

அதனை அறிந்த வர்மன் தன்னைக் கீழே பார்த்து அதிர்ந்து விட்டு “அடச்சை...”, என்றுவிட்டு உடையினை உடுத்திவிட்டு தூங்கிக் கொண்டிருந்த அபியினை போர்வையினை இழுத்து மூடிவிட்டுக் கீழே வந்தான்.

அர்ஜுனும் மிட்டுவும் அவனைப் பார்த்துக் கேலியாக சிரிக்க... அதனை சட்டை செய்யாமல் வர்மன் ஈஸ்வரிடம் பேச ஆரம்பித்தான். வரும் திங்கள் அர்ஜுனுக்கும் மித்ரவுக்கும் திருமணம் வைக்கலாம் என அறிவிக்க... வர்மனுக்கும் மிகுந்த மகிழ்ச்சி,... வர்மன் சரி ஆனதும் தான் திருமணம் என்று அர்ஜுனும் மித்ராவும் கூறிவிட ஈஸ்வரும் மறுப்புத் தெரிவிக்கவில்லை. இவர்களின் உயிரைக் காப்பாற்ற அல்லவா வர்மன் தன் உயிரினைப் பணையம் வைத்தான். அவர்களுக்கு வர்மன் திரும்பி வருவான் என்ற நம்பிக்கை இருந்தது. ஈஸ்வர் மித்ராவினை இவ்வூரிலேயே நிலாவிற்குத் துணையாக இருக்க வைக்க வீடு பார்க்கச் சொல்லிக் கூற..

“எங்களை நீங்க வேற ஆளா தான் பாக்குறீங்களா சார்”, நிலா.

“ஏன்னமா சொல்ற.. அப்படி நான் எதுவும் சொல்லலியே”, ஈஸ்வர்.

“மித்ரா இங்கே எங்க கூடவே இருக்கட்டும் தனி வீடுலாம் எதுக்கு சார்”, நிலா. வர்மன் தன் மனைவியினை ஆசையாகப் பார்த்தான் தான் மனதில் நினைத்ததினையே நிலாவும் கூறவும்.

“அது சரிமா. நீ தான் இன்னும் என்னை உன் சொந்தமா எடுத்துக்கல... இன்னும் என்னை சார் தான சொல்ற”, ஈஸ்வர்.

“மித்ரா இனி என் கூட தாம் இருப்பா அப்பா. அவள் என் தோழி இல்லை. தங்கை”, நிலா கூற ஈஸ்வர் கண்ணில் ஆனந்தக் கண்ணீர் வழிந்தது.

நிலா அவரை அணைத்துக் கொள்ள... மித்ரா இருவரையும் அணைத்துக் கொண்டாள். சூழ்நிலையினை சகஜம் ஆக்கும் பொறுட்டு மிட்டு,

“அண்ணா... அண்ணி ஏன் உங்களை சீ சொன்னாங்க... அண்ணி நீங்க சொல்லுங்க ஏன் அண்ணாவ மாடில பார்த்து சீ சொன்னீங்க”, என்றான்.

அவன் அப்படிக் கேட்கவும் நிலா வேகமாக சமையல் அறைக்குள் சென்று விட மித்ரா என்ன என்பது போல் பார்த்தாள். வர்மனும் அங்கு நிற்க முடியாமல் சமையல் அறைக்குள் சென்றுவிட..

“என்ன டா மிட்டு... என்ன சொல்ற”, மித்ரா

“அது வந்து அக்கா”, மிட்டு வாயினைத் திறக்க அர்ஜுன் மிட்டுவின் வாயினைப் பொத்தியவன் “சும்மா இருக்க மாட்டியா டா நீ”, எனக் கூற..

தன்னிடம் எதுவோ மறைக்கின்றான் என நினைத்த மித்ரா கோவமாக வெளியில் செல்ல..

மிட்டு அவனைப் பார்த்துச் சிரிக்க... அர்ஜுனும் மித்ரா பின் சென்றான்.

“என்னப்பா.. எல்லாரு அவங்க ஜோடி கூட போய்ட்டாங்க.. என் நேரம் உங்க கூட இருக்கேன்...”, மிட்டு..

“அடேய்.. இந்த ஜென்மத்துல உனக்குக் கல்யாணம் நடக்காது. என் கூட தான் நீ குடும்பம் நட்த்தி ஆகனும் பார்த்துக்க”, என்று கூறிய ஈஸ்வர் சிரிக்க..

“அப்பா.. அப்போ அவனா நீங்க”, என்று முகத்தினை ஒரு பாக்கம் இழுத்துக் கேட்ட விதத்தில் வாய் விட்டுச் சிரித்த ஈஸ்வர் அவனை அணைத்துக் கொண்டு “உன்னை கட்டிக்க போற பொண்ணு பாவம் தான்டா”, என்றார்.

“ஆமாப்பா... எல்லாரும் ஒரே ரொமான்ஷ் ஆ இருக்குறப்ப என்னை மாதிரி ஒன்னும் தெரியாத பச்சக் குழந்தைய கட்டி கிட்டு என்ன பண்ணப் போறாளோ”, என்று பாவமாக முகத்தினை வைத்துக் கொண்டுக் கூற...

“ஆடேய். இது உலக மகா நடிப்புடா சாமி...” என்றவர் அவனுடன் கல்யாண விவரம் பற்றிப் பேசிக் கொண்டே இருக்க..

உள்ளே நுழைந்த நிலா சமையல் கட்டின் அருகில் நிற்க.. “என்னை ஏண்டி சீன்னு சொன்ன”, வர்மன்.

“அப்படி நின்னா... அப்புறம் சீன்னு சொல்லாம என்ன சொல்வாங்க”, நிலா.

“ஏன் நீ என்னை அப்படிப் பார்த்தது இல்லையா.. முதல் தடவைப் பார்க்குற மாதிரி”, என்று கூறுவதற்குள் அவன் வாயினை கைகளில் பொத்தியவள்... “ப்ளீஷ் வாங்க சாப்பிடப் போகலாம்”, என அவள் கூற... அவளை அணைத்து நீண்ட நேரம் இதழ் தீண்டியப் பின்னரே அவன் வெளியில் வந்தான்.

தோட்டத்தில் மித்ரா கோவமாக நிற்க... அவளினை பின்னிருந்து அணைத்தான் அர்ஜுன். அவன் கையினைத் தட்டிவிட.. அதற்கு மேல் தாமதிக்காதவன் அவளினை தன்

புறம் திருப்பியவன் அவள் இதழில் கவி பாடத் தொடங்கினான். அவர்கள் இரண்டு வருடம் பின் தான் தங்களது உணர்வுகளினை வெளிப்படுத்துகின்றனர். திருமணம் வரை தங்களது எல்லையினை மீறக் கூடாது என்று இருவரும் கட்டுப்பாடாக இருந்தனர். திருமணம் முடிவானதும் தங்களது உணர்வினை வெளிப்படுத்தினர்.

இருவரும் பிரிந்து முகம் பார்க்க... "என்னனு சொல்ல மாட்டீங்களா...", மித்ரா.

"என்னை துணி இல்லாம பார்த்தா என்ன சொல்லுவ", அர்ஜுன்.

"சீ என்ன பேசுறீங்க", மித்ரா.

"இதுக்கு தான் நிலா வர்மனைப் பார்த்து சீ சொன்னா", அர்ஜுன் கூற

அதன் பின் சிரித்து விட்டு இருவரும் உள்ளே வந்தனர்.

பரீத் மற்றும் ஜெனியும் அவர்களுடன் சேர்ந்து கொள்ள அனைவரும் ஒன்றாக அமர்ந்து சாப்பிட்டுவிட்டுத் தங்களது பணிகளினைத் தொடங்கினர்.

மித்ராவும் அபியும் ஜெனியும் அந்த நாட்களில் நெருக்கமான நண்பர்களாக மாறி இருந்தனர். நிலாவும் மித்ராவும் உடன் பிறந்த சகோதரிகளாகவே மாறி இருந்தனர். மிட்டுவும் படிப்பு முடியும் வரை நிலா மித்ராவுடனே இருக்கமாறும் பின் அவனும் தரைப்படையில் தான் பணி செய்வேன் எனக் கூறிவிட அதன் பின் பார்த்துக் கொள்ளலாம் என முடிவு எடுத்து இருந்தனர்.

அதிகாலை வேளை... திருமண நாள் மித்ரா மற்றும் அர்ஜுனுக்கு...

பரீத் ஜெனி வர்மன் நிலா ஈஸ்வர் அபி மிட்டு மட்டுமே இருக்க... தன்னவள் சங்குக் கழுத்தினில் மங்கல நாணினைப் பூட்டி மனைவியாக ஏற்றுக் கொண்டான் அர்ஜுன். மித்ராவின் விழிகள் பெரு மகிழ்ச்சியுடன் தன்னவனின் விழிகளினைத் தான் பார்த்துக் கொண்டு இருந்தது. கண் சிமிட்டிய அர்ஜுன் மித்ராவின் நெற்றியில் இதழ் பதிக்க அனைவரும் மகிழ்ச்சியுடன் அந்த நிகழ்வினைப் பார்த்துக் கொண்டு இருந்தனர்.

அபியினை வாங்கித் தன்னுடனே வைத்தவள் இரவு வரை அவனை விட்டுப் பிரியவில்லை. வர்மன் அவர்களின் மாளிகை வீட்டுக்கு அழைத்து வந்திருந்தான். அனைவரும் வீட்டின் அழகில் பிரம்மித்து இருந்தனர். ஆனால் நிலாவிற்கு துளியும் விருப்பம் இல்லை. அதுவும் அந்த வீட்டின் பின் பக்கம் மட்டும் செல்லவே இல்லை. இன்று ஒரு நாள் மட்டும் என்று வர்மன் கூறி இருக்க.. அவனுக்காக ஒத்துக் கொண்டவள் வந்திருந்தாள்.

மித்ராவின் அறையில் இருந்த அபியினை மிட்டு வந்து வாங்கிக் கொண்டு செல்ல.. அர்ஜுன் அவனை நன்றியாகப் பார்த்தான். அவனின் பார்வையினை அறிந்த மித்ரா வெட்கம் கொண்டு திரும்ப... அவளின் தோளில் கரம் பதித்து அழைத்து வந்து கட்டிலில் அமர்ந்து அவளினைத் தன் மடியில் ஏந்தியவன் "உன்னை ரொம்பத் தவிக்க விட்டுட்டேன் டி. அதுக்கு வட்டியும் முதலுமா இனி உன்னை என் கைக்குள்ளேயே வச்சிருப்பேன்". அவனின் முகம் பார்க்கத் திரும்பியவள் அவன் விழியில் தெரிந்த காதலில் என்றும் போல் தன்னை இழந்தாள். அவளுக்கு எதுவும் பேச வாயில் வார்த்தை வரவில்லை. அவளின் நிலையினை உணர்ந்த அர்ஜுன் அவன் வேலையில் தீவிரமானான். அந்த வீட்டிலேயே இல்லறம் ஆர்ம்பமானது அர்ஜுன் மற்றும் மித்ராவிற்கு.

மிட்டு வீட்டின் அழகில் லயித்து அபியுடன் அதனை சுற்றிப் பார்த்துக் கொண்டு இருக்க அவனுடன் ஈஸ்வரும் சுற்றிக் கொண்டு இருந்தார்.

மிட்டுவிடம் அபியினை வாங்கிக் கொண்டு அறைக்குள் வந்த வர்மன் தூங்கிய அபியினை மஞ்சத்தில் கிடத்தியவன் பால்கனி அருகில் நின்றிருந்த நிலாவினைப் பின்னிருந்து அணைத்தான்.

அவனின் கரங்களினை தன்னுடன் இறுக இணைத்தவள் "உங்களுக்கு விடுப்பு இருக்கும் பொழுது நாம எல்லாரும் இங்கே வந்திடுவோங்க... எனக்கு உங்க முகத்துல இப்போ இருக்க சந்தோசத்த எப்பவும் பார்க்கனும்", நிலா. தனக்காக இந்த வீட்டினை வேண்டாம் என்று கூறினாலும் அவனுக்கு இந்த வீடு எவ்வளவுப் பிரியம் என்பதனை அவள் அறிவாள்.

அர்ஜுன் வர்மன் இருவரும் தன் நாட்டுக்கானப் பணியினை விடுப்பின் பின் தொடங்கினர்.

அவர்களின் சேவை தொடரும்...

முற்றும்

www.ingramcontent.com/pod-product-compliance
Lightning Source LLC
LaVergne TN
LVHW040335171026
850499LV00046B/2091